फुकट

अपूर्व कल्पनाशक्तीने रंगवलेल्या धमाल विनोदी कथा

द. मा. मिरासदार

मेहता पब्लिशिंग हाऊस

Please contact us at **Mehta Publishing House,** Pune.
Email : production@mehtapublishinghouse.com
Website : www.mehtapublishinghouse.com

PHUKAT by D. M. MIRASDAR

फुकट : द. मा. मिरासदार / विनोदी कथासंग्रह

द. मा. मिरासदार
Email : author@mehtapublishinghouse.com

© सुनेत्रा मंकणी

प्रकाशक : सुनील अनिल मेहता, मेहता पब्लिशिंग हाऊस,
१९४१, सदाशिव पेठ, माडीवाले कॉलनी, पुणे – ३०.

मुखपृष्ठ : शि.द. फडणीस

प्रकाशनकाल : १ मे, १९९३ /१५ जून, २०१० /
मेहता पब्लिशिंग हाऊस यांची तिसरी आवृत्ती : मे, २०१७ /
पुनर्मुद्रण : फेब्रुवारी, २०१९

P Book ISBN 9789386454935
E Book ISBN 9789386745576
E Books available on : play.google.com/store/books
www.amazon.in/b?node=15513892031

निवृत्त न्यायाधीश
ती. नागेश बाळकृष्ण अकलूजकर
आणि
सौ. शांतामामी
यांना–
'विनोदबुद्धीचे लेणे बहुधा या मामाकडूनच
मला मिळाले असावे.'

मनोगत

प्रिय वाचक,

'फुकट' या शीर्षकाने प्रसिद्ध होत असलेला हा कथासंग्रह तसा नवीन नाही. यातील भाषांतरित, रूपांतरित कहाण्या या पूर्वी 'नेम' शीर्षकाने प्रसिद्ध झाल्या होत्या. ती आवृत्ती संपून अनेक वर्षे झाली. त्यात माझ्या स्वत:च्या काही नव्या कथांची भर घालून हा संग्रह आज 'फुकट' या नावाने प्रसिद्ध होत आहे. म्हणजे ही थोडी सरमिसळच आहे म्हणानात. सर्व भाषांतरित लेखन हे गंभीर आहे, तर माझ्या कथा (अर्थातच) विनोदी आहेत, म्हणजे अशीही थोडी मिसळ झाली आहेच. मात्र वाचकांनी शीर्षकावरून गैरसमज करून न घेता ते शक्यतो विकत घेऊनच वाचावे, अशी विनंती आहे. कारण प्रकाशकांनी बरेच पैसे खर्च करून ते प्रसिद्ध केले आहे.

५ एप्रिल, १९९३ **– द. मा. मिरासदार**

अनुक्रमणिका

त्या वेळी मी सिमल्याला काही कामानिमित्त बरीच वर्षे राहिलो होतो. एका बाजूचा सुंदर असा बंगला मला राहायला मिळाला होता. बंगल्याला एक सुरेख बाग होती आणि ती उगवतीच्या बाजूला असल्यामुळे फुलांनी नेहमी बहरलेली असे. त्या बंगल्यातील सर्व गोष्टी अतिशय उत्तम होत्या. कोणालाही हेवा वाटावा, असेच ते ठिकाण होते; मात्र एक त्रास होता. बागेच्या भिंतीला लागूनच एक लहानसा रस्ता गेला होता, त्या रस्त्यावरून माकडांची एक टोळीच्या टोळी रोज सकाळ-संध्याकाळ जात-येत असे. दिवसातून दोनदा त्यांचे टोळके उड्या मारीत, चित्कार करीत येई. एका सकाळी दरीकडे जाताना आणि दुसऱ्यांदा संध्याकाळी घरी परतताना. या दोन्ही वेळी ही माकडे दिसेल ती गोष्ट उद्ध्वस्त करून टाकीत असत.

१.

माकडांच्या राज्यात

ही माकडे अतिशय धीट होती. घराच्या खिडक्या जरा उघड्या टाकलेल्या आढळल्या, तर ती घरातही घुसत असत. सिमल्याच्या वरच्या बाजूला 'जक्को' नावाची एक टेकडी आहे. तिच्यावरील गर्द झाडीत त्यांचा नेहमी मुक्काम असे आणि वैशिष्ट्यपूर्ण गोष्ट ही की, ती सगळी एका साधुमहाराजांच्या अंकित होती. त्यामुळे त्यांना मोठे पवित्र प्राणी समजण्यात येई. अर्थातच त्यांना मारायचीच काय, पण हात लावायचीही कोणाला अनुज्ञा नव्हती. पाठलाग करून त्यांना हुसकून देणे, एवढेच आपल्या हाती; पण त्याची त्यांना फारशी पर्वा नसे. एखादे माकड बागेत येऊन फुलांच्या बिया खात बसलेले दिसले, की मी त्याच्या अंगावर धावून जाई. पण शेवटच्या क्षणापर्यंत त्याचे खाणे शांतपणे चाललेले असायचे. मी अगदी जवळ जाऊन ठेपलो, म्हणजे पटकन एक उडी घेऊन ते झाडावर जाई आणि तिथे आरामशीर बसून मला दात विचकून दाखवी. कंटाळून मी जरा लांब

गेलो, की ते पुन्हा खाली येई. मग खाण्याचे काम बिनघोरपणे पुन्हा सुरू होई.

माकडांचा हा उपद्रव इतका वाढला, की मी अगदी चिडून गेलो आणि त्या साधुमहाराजांकडे जावे आणि त्यांना भेटून आपली तक्रार सांगावी, असे मला सारखे वाटू लागले. हा साधू एक म्हातारा माणूस होता, पण मोठा गमत्या होता. जक्को टेकडीवर त्याची झोपडी होती. तिथे तो राहात असे आणि अनेकदा आपल्या बिट्ट्या तट्टावर बसून सिमल्यात येत असे. रस्त्यात कुणीही भेटले, तर त्याला थांबवून घ्यायचा आणि गप्पा मारायचा, स्वतःच विनोद करून मोठमोठ्याने हसायचा, असा मोठा मजेदार माणूस होता! माझी आणि त्याची अशीच एकदा रस्त्यात ओळख झाली होती. जक्को टेकडीवर आपल्याकडे येण्याचे निमंत्रणही त्याने मला दिले होते. माकडांचा हा उपद्रव तोच थांबवू शकेल, असे मला वाटू लागले. कारण ती त्याच्या आज्ञेत होती, असा सगळीकडे बोभाटा होता. मी बराच विचार केला आणि त्याच्याकडे जायचे, असे ठरवले.

ठरल्याप्रमाणे एका रविवारी मी निघालो. माझ्याबरोबर माझा पाच वर्षांचा मुलगाही होता. टेकडीचा रस्ता तसा काही सोपा नव्हता. एक हजार फुटांपेक्षाही जास्तच खडा असा चढ चढायचा, म्हणजे मोठे दिव्यच होते. फक्त नेहमीच्या रस्त्याने जाण्यापेक्षा आडवाटेने गेलो, तर थोडेसे जवळ पडेल, या हिशोबाने बारक्याबारक्या पाऊलवाटेने मी वर गेलो. पोराला खांद्यावर घेतले होते. खिशात धान्य भरून घेतले होते. आमच्यासाठी नव्हे, माकडांसाठी. तेवढीच आपली पोराला गंमत दाखवायला झाली, या विचाराने मी खिसे भरून धान्य घेतले होते. टेकडीवर आल्यानंतर रस्ता पुष्कळच सोपा दिसला. झाडी हळूहळू दाट होत होती आणि आम्ही गर्द सावलीतूनच चाललो होतो. माझा मुलगा मात्र अगदी गप्प झाला होता. इतका वेळ चाललेली त्याची बडबड आता अगदी बंद झाली होती. कारण ती जागाच तशी भयाण वाटत होती. एकाएकी तिथली झाडे माकडांनी लगडलेली दिसू लागली. झोपडीकडे आम्ही चाललो होतो आणि झाडाखालून वाट असल्यामुळे ती आमच्याकडे टकामका बघत होती. मला एकदम खिशात ठेवलेल्या धान्याची आठवण झाली. मी खिशातून धान्याची पिशवी बाहेर काढली आणि

पोराची करमणूक करण्यासाठी त्यातले मूठ भरून धान्य खाली टाकले; पण त्याचा उलटाच परिणाम झाला!... क्षणार्धात आमच्याभोवती माकडांचा वेढा पडला. मी दचकून माझ्या मुलाला उचलून घेतले, परंतु जमलेल्या माकडांनी अंगावर चाल करून आमचा ताबा घेतला. काही तर माझ्या अंगावर चढली आणि ज्या खिशात मी धान्य ठेवले होते, त्यावर सगळ्यांनीच झडप घातली आणि एकमेकांशी तिथेच मारामारी करायला सुरुवात केली. त्या सगळ्या भांडाभांडीत आमची सालडी निघाली नाहीत, हे नशीबच म्हणायचे! खरोखरच तो अत्यंत भयानक प्रसंग होता.

सुदैव आमचे, साधुमहाराजांची झोपडी अगदी जवळच कुठेतरी होती. त्यांना हा आरडाओरडा ऐकू आल्याबरोबर ते धावतच आले आणि ओरडून त्यांनी जवळचे धान्य मला फेकून द्यायला सांगितले. तशाही परिस्थितीत मी खिशात हात घातला आणि पिशवी बाहेर काढून फेकून दिली. मग मात्र माकडे आमच्या अंगावर राहिली नाहीत. त्यांनी तडातड उड्या मारून धान्याच्या पिशवीकडे धाव घेतली. आम्ही सुटलो कसेबसे! साधुमहाराजांनी मला न कळणाऱ्या भाषेत काहीतरी शब्द रागारागाने त्या माकडांना उद्देशून उच्चारले. मग त्यांनी आम्हाला गडबडीने झोपडीकडे नेले.

"साहेब, तुम्ही धान्य बरोबर आणायला नको होतं." झोपडीत गेल्यावर साधुबोवा मला म्हणाले, "तुम्हाला जितकं पाहिजे, तितकं धान्य मी दिलं असतं. तुम्ही धान्य घेऊन आलात आणि त्यामुळे या मंडळींना मोठा आनंद झाला ही गोष्ट खरी; पण त्यांच्या भांडणात आणि मारामारीत त्यांनी एखादे वेळेस तुम्हाला आणि तुमच्या मुलाला बोचकारून रक्तबंबाळ केलं असतं."

"मला क्षमा करा," मी दिलगिरी व्यक्त करून म्हणालो, "मला अजिबातच कल्पना नव्हती याची."

"छे:! छे:! क्षमा कसली मागता? तुम्हाला दुखापत-बिखापत झाली असती, म्हणजे मात्र माझी मोठी पंचाईत झाली असती! जाऊ द्या. झालं ते ठीक झालं."

अशा आम्ही थोडा वेळ गप्पा मारल्या. माझ्या मुलाची भीतीही आता मोडली होती. बोवाजीही मोठे दयाळू अंत:करणाचे होते. आपल्या

विनोदाने आणि खदखदाटाने त्यांनी अगदी घरगुतीपणा निर्माण केला. मग मी त्यांच्याकडे या माकडमंडळींबद्दल विचारपूस केली.

"वा!" बोवाजी म्हणाले, "या माकडांना एक राजा आणि राणी आहे हं! पंतप्रधान आणि सरसेनापतीही आहे. त्यांच्या सैन्याच्या एकूण चार तुकड्या आहेत बरं का – छोटा सिमला तुकडी, लतार बाजार तुकडी, सदर बाजार तुकडी आणि चौथी, खास राखीव तुकडी."

हे सगळे ऐकून मला फार हसू आले. बोवाजींनीही माझ्याकडे बघून डोळे मिचकावले. मग ते म्हणाले, "तुम्ही शिकले-सवरलेले साहेब आहात. तुम्हाला सगळे समजतेच. आता मी तुम्हाला यांचा राजा नि राणी दाखवतो हं."

मग त्यांनी मोठ्या आवाजात काहीतरी शब्द उच्चारले. थोड्या वेळाने पुन्हा एकदा-दोनदा त्याच शब्दांची पुनरावृत्ती केली.

बोवाजींच्या झोपडीच्या व्हरांड्यातच आम्ही बसलो होतो. हिरव्यागार झाडांची गार सावली सर्वत्र पसरली होती. माझा मुलगा मांडीवर बसला होता. झोपडीच्या समोर झाडांची सरळ रेघ पसरली होती आणि झाडा-झाडांवरून माकडेच माकडे दिसत होती. थोड्या वेळाने एक जाडजूड, लठ्ठ माकड थबकत थबकत आमच्याकडे आले. बोवाजींनी परत हाक मारली, तेव्हा ते व्हरांड्याच्या कडेला येऊन बसले.

"साहेब, हेच ते राजेसाहेब." बोवाजी म्हणाले.

'महाराजां'ना मी अभिवादन केले आणि आश्चर्य असे की, त्यानेही मला सैनिकी पद्धतीचा सलाम ठोकला.

"छान! महाराज तुमच्यावर खूश झालेत हं! आता मी राणीसाहेबांना बोलावतो." बोवाजी म्हणाले.

त्यांनी हाक मारल्यावर एक लहानशी माकडीण हळूहळू आमच्या दिशेने आली आणि आपल्या नवऱ्याच्या पाठीमागे काही अंतरावर अदबीने बसली. महाराजांनी तिच्याकडे एकदा बघितले आणि गुरगुर केली. मी राणीसाहेबांनाही नमस्कार केला. मग साधुमहाराजांनी माकडांच्या भाषेत काही शब्द उच्चारले. त्याबरोबर त्या दोघाही माकडांचा चेहरा अगदी अपराधी दिसू लागला. त्यांनी एकमेकांना बोचकारेही काढायला सुरुवात केली. जणू काही क्षमा मागताहेत!

मग साधुमहाराज मला उद्देशून म्हणाले, ''साहेब, ती काय म्हणताहेत कळलं का तुम्हाला? ती म्हणताहेत, 'आम्ही मघाशी तुम्हाला आणि तुमच्या मुलाला जी भीती दाखवली, त्याबद्दल आम्हाला फार वाईट वाटतं.' मी त्यांना चांगलंच धमकावलं आहे. 'तुम्हाला दुखापत करण्याचा आमचा हेतू नव्हता,' असं ती म्हणताहेत. तुम्ही त्यांच्यासाठी काहीतरी खायला घेऊन आलात, हे बघून ती फार खूश आहेत. त्यांच्या राजाला तुम्ही सलाम केलात, हे बघूनही ती फार खूश झाली आहेत.''

त्यांचे पंतप्रधान आणि सरसेनापतीही बघण्याची माझी इच्छा मी साधूजींना बोलून दाखवली. त्यांना हाका मारल्यावर तेही आले आणि राजा व राणी यांच्या पाठीमागे बसले.

''शिवाय प्रत्येक तुकडीचा नायक आहे तो निराळाच.'' साधुमहाराज म्हणाले, ''पण दिवसभर या तुकड्या खाली दरीमध्ये असतात. त्यामुळे त्यांची मात्र आत्ता गाठ पडायची नाही.''

हे ऐकल्यावर मला एकदम आपण साधूमहाराजांना कशासाठी भेटायला आलो होतो, त्याची आठवण झाली. मी म्हणालो, ''बोवाजी, तुमच्या माकडांची एक तुकडी आम्हाला अतिशय उपद्रव देते आहे. कोणती तुकडी मला काही माहीत नाही. बहुतेक छोटा सिमला तुकडीच असावी. दररोज ही तुकडीच्या तुकडी माझ्या बागेत घुसते, बिया खाते आणि रोपटी उपटून टाकते. मोठा धुमाकूळ मांडला आहे त्यांनी. त्यांचा काही बंदोबस्त होतो का बघा.''

हे ऐकल्यावर साधुमहाराज एकदम रागावले.

''हे फार वाईट आहे. थांबा, मी त्यांच्या राजाशी बोलतो.'' असे ते म्हणाले आणि मग अतिशय आश्चर्यकारक गोष्ट घडून आली. साधूजींनी राजाला उद्देशून एक लांबलचक भाषण केले (मला अर्थातच त्यातले एक अक्षरही कळले नाही.). ते ऐकल्यावर राजाने चेहरा दुर्मुखलेला करून स्वत:लाच बोचकारे काढले. आपले पिंगट डोळे त्याने किंचित मिचकावले. एखाद्या खोडकर आणि उपद्व्यापी पोराला दम भरल्यावर, ते जसे करते ना, तसे. बोवाजींनी अधिकच रागाने भाषण सुरू केले. शेवटी राजेसाहेब आपल्या पंतप्रधानाकडे वळले आणि त्यांनी त्यांच्याशी रागारागाने बातचीत केली. पंतप्रधानानेही काहीतरी प्रत्युत्तर केले आणि किंकाळ्या मारीत दोघांचा जोरात सामना

सुरू झाला. शेवटी संतापलेल्या राजाने त्या पंतप्रधानावर झेप घेतलेली दिसली.

हा प्रकार बघून मी चकितच झालो होतो. म्हणालो, ‘‘ही भांडणं कशाबद्दल! ते चिडलेत काय एकमेकांवर?’’

साधुमहाराजांनी नकारार्थी मान हालवली.

‘‘छे:! छे:!’’ ते म्हणाले, ‘‘ते एकमेकांशी संभाषण करताहेत, एकमेकांशी चर्चा, विचारविनिमय करण्याची माकडांची पद्धत अशीच असते. यात काही विशेष नाही. मी त्यांना बजावून सांगितलंय की, यापुढं त्यांनी तुमच्या बागेला अजिबात हात लावता कामा नये. आता यापुढं तुम्हाला त्यांचा बिलकुल त्रास होणार नाही. तुम्ही हे मला आधीच का कळवलं नाहीत? मोठे चावट झालेले दिसताहेत हे. डँबिस लेकाचे!’’

माझे काम संपले. नंतरही आम्ही तेथे बराच वेळ थांबलो; पण वेळ भराभर चालला होता आणि शेवटी जाणे हे भागच होते. वाटेत कोणताही त्रास न होता आम्ही ती अवघड टेकडी उतरून सुखरूप घरी आलो.

आणि सांगण्यासारखी गोष्ट अशी की, पुन्हा म्हणून माकडांचा त्रास आम्हाला बागेत कधीच झाला नाही. पूर्वीप्रमाणे दिवसातून दोनदा ती बागेजवळून जात. शिङ्ख्या मारीत, चित्कार करीत जात; परंतु त्यांनी बागेत कधी चुकूनही पाऊल ठेवले नाही. कधीकधी बागेच्या कुंपणावर त्यांची ओळच्या ओळ बसलेली मला दिसत असे; पण कोणीही बागेत मात्र आले नाही. एकदा चुकून एक पिल्लू बागेत शिरले होते; पण ते आत शिरल्याबरोबर त्याच्या आईने धमकावणीवजा मोठा चित्कार केला आणि आपल्या केसाळ लांब हाताने त्याला बाहेर ओढून काढले आणि लांब हाकलले.

◆

या युद्धात माझा साहाय्यक म्हणून ज्या तरुण माणसाने मला बिनमोल मदत केली, तो तरुण पोलिश होता. त्याचे नाव फेलिक्स. रशियावर त्याचा राग असल्यामुळे त्याने माझी कामगिरी फार चांगली बजावली. तो स्वतः तर कर्तबगार होताच, पण जेनिया जोसिफोव्हना ही त्याची प्रेयसीही चांगली बुद्धिमान होती. या दोघांनीही मला बराच काळपर्यंत अत्यंत मोलाची माहिती पुरवली. रशियन ठाणीच केवळ नव्हेत, तर त्याच्याही पलीकडे जाऊन ती आपली कामे उरकून परत येत असत. या त्यांच्या साहसी गोष्टींपैकीच काही गोष्टी मी आज सांगणार आहे.

बॅरोनोव्हिची या ठिकाणी रशियन सैन्याचे मुख्य ठाणे होते. या ठाण्याकडे बरीच शस्त्रसामग्री येऊन पोहोचणार असून, नंतर तिच्या

२.

जिवंत समाधी

बळावर हल्ले आणि चढाईचे धोरण आखले जाणार आहे, अशी वार्ता आम्हाला समजली. ही सामग्री त्या ठाण्याला मुळी मिळूच नये, अशी व्यवस्था करण्यासाठी, ती घेऊन येणारी गाडीच बॅरोनोव्हिचीच्या जरा अलीकडे उडवून द्यायची, असे मी ठरवले. ''ही कामगिरी तू पत्करशील काय?'' असे मी फेलिक्सला विचारल्याबरोबर त्याने सांगितले, ''अर्थात! नाही का म्हणून? पण मी जेनियालाही बरोबर घेतो. कारण आम्हाला त्यासाठी बऱ्याच गोष्टी करणं भाग आहे.''

एवढे झाल्याबरोबर ज्या ठिकाणी ही गाडी उडवून द्यायची, ज्या जागेची सगळी पाहणी मी केली. आपल्या कामाच्या दृष्टीने जागा उत्तम आहे, एवढी माहिती मला लागली. मग संध्याकाळ होऊन अंधार पडायला लागला, तशी डायनामाईट वगैरे साहित्य बरोबर घेऊन आम्ही आघाडीच्या प्रदेशाकडे निघालो. आम्हाला अर्थातच फार जपून जावे लागले. कारण शत्रूला सुगावा लागला असता, तर गाडीआधी आम्हीच

अंतराळात उडून जाण्याची भीती होती. आम्ही त्या भागातून जात असल्याची वार्ता त्या भागातील आमच्या कमांडरला मी पूर्वीच कळविली होती. घनदाट अरण्यात असलेल्या रेजिमेंटच्या मुख्य ठाण्यापाशी मी आमची मोटार उभी केली. आमचा हेतू जेव्हा मी कमांडरला सांगितला, तेव्हा पहिल्यांदा त्याचा विश्वासच बसला नाही. "ही तरुण सुंदर मुलगीही तुमच्याबरोबर येणार आहे?" जेनियाच्या सुंदर आकृतीकडे टक लावून बघत त्याने आश्चर्याने विचारले.

"आपल्या प्रियकराबरोबर ती जायची हे निश्चित आहे." मी म्हणालो, "आणि मला खात्री आहे की, ती आपलं काम बजावून लगेच परत येणार आहे; पण तुमच्याकडे एखादा इंजिनिअरिंग खात्याचा अधिकारी असेल, तर तो आम्हाला द्या. माझ्या लोकांना तांत्रिक सूचना देण्याच्या दृष्टीनं त्याचा उपयोग होईल."

"ते काम आत्ता करतो." असे म्हणून कर्नलने आपल्या हाताखालच्या माणसाला हाक मारून जवळच असलेल्या एका इंजिनिअर अधिकाऱ्याला बोलावणे धाडले. त्या अधिकाऱ्याला माझी योजना एकंदरीत पसंत पडली – गाडी चालू असतानाच लाईन उडवून द्यायची अशी माझी योजना होती. त्याआधीच स्फोट करणे म्हणजे, शत्रूला सावध व्हायला संधी देण्यासारखे होते. त्यामुळे सगळीच योजना फसली असती. म्हणून माझीच योजना त्याला पसंत पडली.

रात्री नऊच्या आत आम्ही खंदकात जाऊन पोहोचलो. "आघाडीच्या पलीकडे लोक तुम्ही पोहोचवता तरी कसे, हे मला बघायचंय," असे म्हणत म्हणत कर्नलसाहेबही आमच्याबरोबर आले. मी पुन्हा एकदा सर्वांना अखेरच्या सूचना दिल्या. ठरलेल्या ठिकाणापाशी गाडी बरोबर पहाटे पाच वाजता येणार होती. म्हणजे साधारणपणे अजून आठ तास तरी अवकाश होता. तेव्हा आपला डायनामाईट बसवून सर्व व्यवस्थित करायला फेलिक्सला भरपूर वेळ होता. जेनियाने त्याच्यापासून काही अंतरावर राहून त्याच्या सुरक्षिततेची काळजी घ्यायची होती.

आघाडीच्या अगदी शेवटच्या टोकापर्यंत मी त्या दोघांना घेऊन गेलो. वारा भणभणा वाहत असला, तरी या भागात एकंदरीत स्मशानशांतताच होती. हातात हात घट्ट धरून त्या जोडप्याने माझा निरोप घेतला आणि मग ती दोघेही दाट काळोखात नाहीशी झाली. ती

सुरक्षितपणे पलीकडे गेली की नाही, याची खात्री करून घेण्यासाठी मी साधारणपणे तासभर तिथेच थांबलो. एकदा ती व्यवस्थित पलीकडे पोहोचली, म्हणजे मग कसलीच काळली नव्हती.

त्या ठिकाणी आमचा पहारेकरी उभा होता. आपला गुप्तहेर शत्रूच्या प्रदेशात शिरताना त्याने जन्मात प्रथमच पाहिले होते. तो म्हणाला, "ह्यांनी फार जपून जायला पाहिजे बुवा. या भागातला रशियन पहारा फारसा कडक नाही म्हणा, पण..."

दुसऱ्या दिवशी रात्री त्याच रस्त्याने त्याच ठिकाणी दोघांनी परत यायचे, असे ठरलेले होते. पहारेकऱ्याला मी त्याप्रमाणे निरोपही सांगितला की, ती दोघे परत येताना कुठल्याही परिस्थितीत त्यांच्यावर गोळीबार होणार नाही, अशी काळजी घ्यायला कंपनी कमांडरला सांग. परत जाताना मीही रेजिमेंटल कमांडरला भेटलो आणि ही गोष्ट पुन:पुन्हा त्याच्या मनावर ठसविली.

"आलं लक्षात," तो म्हणाला, "आपली कामगिरी बजावून ती सुखरूप परत येतील, अशीच मी आशा करतो."

दुसऱ्या दिवशी दुपारच्या सुमारास जनरल स्टाफ ऑफिसकडे मी नेहमीप्रमाणे गेलो. तिथे गेल्याबरोबरच 'सगळं काही व्यवस्थित झालं' अशा अर्थाचा निरोप मला मिळाला. स्टाफ ऑफिसरांपैकी एकाने नुकताच आलेला एका वैमानिकाचा रिपोर्टही मला दिला. या रिपोर्टात असे म्हटले होते की, मी सांगितलेल्या ठिकाणी रुळांच्या पलीकडे एक इंजिन उलथे-पालथे होऊन पडले असून, शत्रूच्या दृष्टीने महत्त्वाची अशी रेल्वेलाईन उद्ध्वस्त झाली आहे. ही बातमी ऐकल्यावर स्टाफ कॅप्टन मान हालवून म्हणाला,

"छे:! छे:! ही दोघं फार धाडसी बुवा!"

मध्यरात्रीच्या सुमारास रेजिमेंटल कमांडरकडून मला आघाडीवर बोलावणे आले. मी तिथे पोहोचल्यावर कमांडर मला म्हणाला, "तुमचा तो मदतनीस आणि ती सुंदर मुलगी परत आली असून, सध्या ती जवळच एका खंदकात आहेत. तुमच्याशी फोनवरून बोलायची त्यांची इच्छा आहे. ती असं म्हणताहेत की, काम यशस्वी झालं, रेल्वेलाईन उखडली गेली आहे आणि इंजिन रुळावर वेडवाकडं पडलेलं आहे."

हा निरोप ऐकून मी म्हणालो, "अगदी बरोबर आहे. वैमानिकानं आधीच माझ्याकडे रिपोर्ट पाठविला आहे."

दोन तासांनी मी त्या खंदकातून फेलिक्स आणि जेनिया यांना घेऊन परत आलो. हे जिवावरचे धाडस करणारे जोडपे बघण्यासाठी म्हणून खंदकाच्या ठिकाणापाशी लोकांची ही दाटी झाली होती. त्यामुळे फेलिक्सला आपली साहसकथा पुन्हा सांगावी लागली. शेवटी खंदक सोडून आम्ही निघालो, त्या वेळी जवळजवळ उजाडायला आले होते.

गाडीत बसल्यावर मी जेनियाला विचारले, "हं, काय पोरी, कसं काय झालं एकंदरीत? घाबरली नाहीस ना तू अजिबात?"

"छट्! अजिबात नाही. अहो, ते ठिकाण जणू काही आमच्यासाठीच होतं." जेनिया सांगू लागली, "आसपास माणूसबिणूस कुणी नव्हतं. स्फोट झाल्याचा आवाज ऐकला, अन् इंजिन उलथून पडलेलं जेव्हा मी पाहिलं, तेव्हा आम्ही दोघांनीही धूम ठोकली. आपल्या आघाडीच्या दिशेनं सारखं सतत तासभर आम्ही जंगलातून पळत होतो. मग दाट जाळीत लपून बसलो अन् तिथेच झोपी गेलो. पुन्हा संध्याकाळ झाल्यावर प्रवास सुरू केला अन् आलो परत. तशी मी अजूनही फारशी दमलेली नाही."

रशियन सैन्यातला एखादा स्टाफ कॅप्टन अपवाद म्हणून सोडला, तर फेलिक्ससारखा उत्कृष्ट आणि धाडसी हस्तक मिळणे दुर्मीळ होते. जवळजवळ अडीच वर्षे आम्ही एकत्र काम केले. त्यानंतर फेलिक्स मरण पावला. त्याच्या कामाबद्दल मी त्याला मोबदला देत असेच. कारण, कुणीही झाले तरी हवापाण्यावर जगणे काही शक्य नव्हते; पण पैसा हे काही फेलिक्सचे ध्येय नव्हते. 'सूड' हेच त्याचे उद्दिष्ट होते. १९०५ च्या क्रांतीच्या वेळी सैन्यामध्ये क्रांतिकारक वाङ्मय वाटल्याबद्दल त्याच्या बापाला रशियन लोकांनी फासावर लटकवले होते, त्याचा राग त्याच्या मनात होता. म्हणून तो नेहमी मला म्हणत असे,

"पगारी हेर या दृष्टीनं तुम्ही माझ्याकडे बघू नका. तुमचा विश्वासू चाकर याच दृष्टीनं बघा."

एके दिवशी आमच्या सैन्याबरोबर असणारा सिग्नल ऑफिसर मला भेटायला आला. त्याने मला अशी बातमी दिली की, गेल्या दोन आठवड्यांत शत्रूने बिनतारी-यंत्राचे केंद्र जवळपासच उभारले असावे.

त्याच्या अंदाजाप्रमाणे ते ओडेसा या ठिकाणी असावे. या केंद्रावरून गेलेले काही संदेशही त्याने मला दाखवले. ते सगळे संदेश गॅलिशियातील नैऋत्य भागातील रशियन सेनानी ब्रुसिलोफ याला उद्देशून होते. त्या संदेशांवरून मला एवढा सुगावा लागला की, नवीन सैन्यविभाग तयार करण्याचे काम तिकडे चालले असून, हा सैन्यविभाग जनरल ब्रुसिलोफ याच्या सैन्यात समाविष्ट करण्यात येणार आहे. ही हकिगत मी ताबडतोब आमच्या सैन्याच्या चीफ ऑफ स्टाफला कळवली, त्यांचे आणि माझे त्याबाबत एकमतही झाले. शत्रूच्या सैन्यात एकदम होणारी ही वाढ खचित संशयास्पद होती. कारण सध्याच्याच रशियन सैन्याला प्रतिकार करणे आमच्या सैन्याला बरेच जड जात होते. फेलिक्सशी बराचसा विचारविनिमय करून मी असे ठरवले की, जेनियाला ओडेसा या ठिकाणी पाठवायचे. जर नवीन अधिकारी आणि नवीन सैन्य त्या ठिकाणी गोळा झाले असेल; तर जेनियासारख्या अप्रतिम सुंदर मुलीला थोड्याशा कौशल्याच्या बळावर सैनिकी अधिकाऱ्यांशी ओळखी करून घेणे, ही गोष्ट अगदी शक्य होती. त्या दृष्टीने फेलिक्सपेक्षाही तिलाच माहिती मिळण्याचा संभव अधिक होता. हे सर्व नवीन गोळा केलेले सैन्य कसले आहे, या माहितीपेक्षाही त्याचा नेमका कोठे उपयोग केला जाणार आहे, हे कळणे अधिक महत्त्वाचे होते. सर्वसामान्य सैनिकाला ही गोष्ट माहीत असतेच असे नाही, पण स्टाफ ऑफिसरला या गोष्टी माहीत होतातच. म्हणून जेनियाला हे आणखी एक काम सांगण्यात आले. हे सैन्य कोणत्या आघाडीवर पाठविण्यात येणार आहे, याची माहिती तिने कळवायची.

जेनियाने पैसे वगैरे बरोबर घेऊन प्रवासाची सगळी तयारी केली आणि मग मी तिला घेऊन आघाडीवर गेलो. मागे रेल्वेलाईन उडवून देण्यासाठी ज्या ठिकाणाहून ती फेलिक्सबरोबर शत्रूच्या प्रदेशात शिरली होती, तीच ती जागा. आघाडीवरच्या कर्नलनाही आम्हाला पुन्हा पाहून मोठा आनंद झाला आणि त्यांनी आमची बरीच करमणूकही केली. मग त्यांनी आम्हाला खंदकापर्यंत पोहोचवले आणि जेनियाशी हस्तांदोलन करून तिला सुयश चिंतिले.

"कर्नलसाहेब, या वेळी मात्र मी पूर्वीसारखी लवकर परत येणार नाही." खंदक ओलांडता-ओलांडता ती हसत हसत म्हणाली, "मला परत यायला दहा ते बारा दिवस तरी लागतील."

खंदकाच्या पुढे मी तिला आघाडीच्या अगदी सर्वांत पुढच्या जागी नेले आणि कानोसा घेतला. आमच्याभोवती जिकडेतिकडे स्मशानशांतता होती. आसपास अगदी नि:स्तब्ध होते.

जेनिया मला म्हणाली, "सगळं शांत आहे अगदी. आता लगेच जायची घाई करावी हे बरं. गेल्या वेळी आम्ही परत येत असताना एका रशियन सैनिकानं आमच्यावर गोळी झाडलीच होती; पण आम्ही तेवढ्यात जमिनीवर पडलो अन् सरपटत पुढं गेलो म्हणून बरं. नाहीतर एक खलास तरी झालो असतो किंवा पकडलो तरी गेलो असतो."

"मी इथल्या पहारेकऱ्यापाशी एक तासभर थांबेन. न जाणो, एखाद्या वेळी काही घडलं तर!" मी म्हणालो, "जर तसं काही विशेष वाटलं, तर आम्ही बेलाशक गोळीबार करायला सुरुवात करू; पण सगळीकडे शांत आहे असं वाटलं, तर मी हेडक्वार्टरला परत जाईन. बराय. मग नीट सावध राहा म्हणजे झालं."

ती रात्र इतकी शांत वाटली होती की, आपण असीम शांततेच्या आणि नि:स्तब्धतेच्या राज्यातच आहोत काय, असे वाटत होते. लांब दूरपर्यंतदेखील कसलाही आवाज ऐकू येत नव्हता. सगळे कसे शून्यवत वाटत होते. तासाभराने मी परत फिरलो.

सुमारे अकरा दिवसांनी कर्नलनी मला निरोप पाठविला. त्यांनी सांगितले, "तुमची पोरगी परत आली आहे. तुम्ही शक्य तितक्या लवकर यावं हे चांगलं. तिनं बरीच महत्त्वाची बातमी आणली आहे."

तिने आणलेली बातमी खरोखरीच अत्यंत महत्त्वाची होती.

मी जेव्हा खंदकापाशी जाऊन पोहोचलो, तेव्हा ती अत्यानंदाने जवळजवळ माझ्या गळ्यातच पडली.

"मी अशी बातमी आणलीय म्हणता!" ती सांगू लागली, "ओडेसामध्ये जनरल शेरबॅटशेफ यांच्या नेतृत्वाखाली नवा सातवा सैन्यविभाग स्थापन करण्यात आला असून, त्याच्या एकूण चार तुकड्या आहेत. सगळ्या रेजिमेंटचे नंबरही मी टिपून आणले आहेत. एक महिन्याच्या आत हा सैन्यविभाग आघाडीवर येईल. जनरल ब्रुसिलोफ याच्या नैऋत्येकडील सैन्याला हा विभाग येऊन मिळेल."

"किती हुशार मुलगी आहे तू!" मी अत्यानंदाने उद्गारलो, "या कामगिरीबद्दल तुला विशेष वेतन मिळेल."

"छे! छे!" ती एकदम मान हलवून म्हणाली, "त्यासाठी मी हा उद्योग केला नाही काही. तुम्हाला आनंद झाला म्हणजे झालं. तेच माझं बक्षीस. कुठलंही पैशाच्या रूपातलं बक्षीस मी घेणार नाही. फेलिक्स घरी आहे का?"

मला तिची निराशा करावी लागली.

"आता या वेळी तरी तो घरी नाही. संदेशवाहक कबुतरांसाठी तो एक चांगली जागा शोधण्याच्या उद्योगात आहे. चारएक दिवसांत तो येईलच परत."

आम्ही आमच्या निवासस्थानाजवळ जाऊन पोहोचलो, त्या वेळी मध्यरात्र होत आली होती. आमची जागा म्हणजे तिथल्या खेड्याच्या बाहेर ठोकलेली एक झोपडीवजा इमारत. एकाएकी जेनियाने माझ्या खांद्याला घट्ट धरले आणि ती ओरडली, "तो बघा तो, लेफ्टनंट!" आणि घाबरून ती पुढे सरकली, "तोच तो माणूस. त्याच्याबद्दल मी तुम्हाला सांगितलं होतं. ज्याच्या प्रेमाचा मी अव्हेर केला तोच तो. माझा सूड उगवण्याची ज्यानं प्रतिज्ञा केली आहे, तोच हा माणूस, लेफ्टनंट! तो माझा पाठलाग करतोय!"

माझे रिव्हॉल्व्हर काढून मी ते त्या छायेच्या दिशेने झाडले; पण हे सगळे होईपर्यंत उशीर झाला होता. त्याआधीच तो माणूस अंधारात नाहीसा झाला. अगदी पृथ्वीने गिळून टाकावा, तसा नाहीसा झाला. माझा एक नोकर आणि दोन मिलिटरी पोलीस यांना बरोबर घेऊन मी आसपास सगळीकडे धुंडाळले; पण त्याचा काही उपयोग झाला नाही. दुसऱ्या दिवशीही तो माणूस कुठे सापडला नाही. कसलाही मागमूस लागू न देता तो नाहीसा झाला.

इतका वेळ आनंदी दिसणारी आणि सारखी हसणारी जेनिया एकदम क्षणार्धात बदलून गेली आणि जणू काही निराळीच स्त्री दिसू लागली. माझ्यासमोर ती बसून राहिली, तेव्हा अगदी पांढरीफटक पडली होती. तिचे हात सारखे कापत होते.

"तोच तो!" ती म्हणाली, पण हे बोलणे माझ्यापेक्षा तिला स्वतःला उद्देशूनच होते. "मला ठाऊक आहे, तो आपला शब्द पाळील आणि बोलल्याप्रमाणे माझा नायनाट करील. मी त्याचा तिरस्कार केला म्हणून केवळ, पण प्रेम काही दुसऱ्याच्या सांगण्यानं करता येतं का? दुष्ट मेला!

फेलिक्सचाही सूड घेईन, म्हणून त्यानं शपथ घेतली आहे. 'जशास तसं' असंच मी वागेन, असंही तो म्हणालाय; पण मी भिणार नाही, झगडत राहीन. तो नाही तर मी, कुणीतरी एक जिवंत राहील!''

बोलताबोलता तिचा स्वर दृढनिश्चयी होत गेला; पण ती बिचारी हे जेव्हा बोलली, तेव्हा तिला कल्पनाही नसेल की, हे भीषण भवितव्य अगदी लवकरच खरे ठरणार आहे!

बराच वेळपर्यंत आम्ही दोघेही तसेच शांत बसून राहिलो. शेवटी तीच कंटाळून गेली.

''मला भयंकर थकवा आला आहे.'' ती म्हणाली, ''पहिले दहा दिवस तिथे आणि नंतर पुन्हा आज अंधारातच या दुष्टाचं दर्शन!''

मी मग दुसरेतिसरे काही केले नाही. खांद्याला धरून तिला उठविले आणि माझ्या आधाराने तिला घरापर्यंत पोहोचते केले.

दुसऱ्या दिवशी सकाळी जेनियाने मला ओडेसा येथे केलेल्या साहसाचा वृत्तान्त सविस्तरपणे निवेदन केला. तिथे गेल्यावर दुसऱ्याच दिवशी एका स्टाफ कर्नलला एका हॉटेलात गाठून त्याच्याशी तिने ओळख करून घेतली आणि गप्पा मारल्या. त्याच दिवशी संध्याकाळी तिला त्याने थिएटरातही नेले.

हसत हसत ती पुढे सांगू लागली, ''त्याचं माझ्यावर सपाटून प्रेम बसलं आणि त्याच्यावरच मी माझी पुढची योजना निश्चित केली. मी शहाणपणा राखून इकडचे-तिकडचे प्रश्न त्याला विचारले असते, तर त्यानं मला भराभर माहिती सांगितली असती, हे अगदी उघड दिसत होतं; पण त्याचा विश्वास बसावा, म्हणून मी निराळीच गोष्ट त्याला सांगितली. रशियन सैन्याची जेव्हा पीछेहाट सुरू झाली, तेव्हा मी वॉर्साहून पळाले. नंतर परवा परवापर्यंत मी किएफ येथे राहिले होते. मग माझ्या दूरच्या एका नातेवाइकाचा शोध करण्यासाठी मी इथे – ओडेसाला आले; पण तेवढ्यात माझा तो दूरचा नातेवाईक मॉस्कोला निघून गेला होता. मॉस्कोला जाण्याइतके पैसे माझ्याजवळ नसल्यामुळे मला नाईलाजाने इथे राहावं लागलं आहे, असं मी त्याला सांगितलं.''

''फार छान! हुशार आहेस.'' मी संमती दर्शवून म्हणालो. असे म्हटल्यावर जेनिया एकदम लाजली. मी केलेल्या स्तुतीमुळे आनंद

होऊन ती लाजली असावी. किंवा असेही असेल की, मी तिच्याबद्दल कुठलेही चांगले मत व्यक्त केले की तिला नेहमीच आनंद होई, त्यामुळेही असेल. या साहसात तिला ज्या प्रकारची भूमिका घ्यावी लागली होती, त्यामुळेही तिला मनातून थोडीशी लाज वाटली असेल. कारण ती एका चांगल्या कुळातील मुलगी होती आणि तिचे शिक्षणही बरेच झाले होते; पण हा झाला माझा त्या वेळचा अंदाज. तिच्या या लाजण्याचे खरे कारण मला पुढे काही दिवसांनी उमगले. एवढी गोष्ट खरी की, तिने हा जो प्रकार केला, तो केवळ एक आवश्यक भूमिका म्हणून; तशी तिची वृत्ती होती म्हणून नव्हे. एरवी ती एक अत्यंत सभ्य मुलगी होती. तिचे फेलिक्सवर असलेले प्रेम आणि रशियनांबद्दल वाटणारा तिटकारा; यासाठीच केवळ तिने या गोष्टी केल्या, यात काही शंका नाही.

थोडीशी विश्रांती घेऊन तिने आपली गोष्ट पुन्हा पुढे चालू केली – "मला पैसे देण्याची इच्छाही त्या कर्नलने व्यक्त केली. त्याला माझा यत्किंचितही संशय आला नाही. त्यानं माझ्या हातात ठेवलेले शंभर रूबल्स मी पत्करले आणि मग त्याला बिलकुल संशय येऊ नये म्हणून, मी राहत असलेल्या हॉटेलचा पत्ताही त्याला दिला."

"उत्तम!" मी म्हणालो, "अगदी एखाद्या वास्तव कादंबरीसारखं वाटतंय हे सगळं."

"तसंच आहे अगदी म्हणाना. त्या बिचाऱ्या कर्नलची मला खरं म्हणजे मनातून दया आली. एखाद्याच्या भावनांशी असा निष्ठुरपणाचा खेळ खेळणं ही काही चांगली गोष्ट नाही, काही झालं तरी; पण पुढं काय झालं ते ऐका तर खरं. दुसऱ्या दिवशी सकाळी माझ्या हॉटेलच्या मालकीणबाईंनी माझं दार ठोठावलं. मी दार उघडून बघते, तो त्या कर्नलचा एक शिपाई दारात उभा. त्याच्याबरोबर फुलांचा मोठा गुच्छ, मिठाईचे पुष्कळसे पुडे आणि लहानशी चिठ्ठी होती. चिठ्ठीत त्यानं लिहिलं होतं की, 'काम संपल्यावर मी तुला बोलावणं धाडीन आणि मग आपण कुठं तरी जेवायला जाऊ.' अशा प्रकारे त्याची-माझी रोज मुलाखत व्हायची आणि रोज मला नवीन नवीन काहीतरी कळायचं. शेवटी मला जी गोष्ट पाहिजे होती, ती सगळीच्या सगळी मिळाली."

तिची ही हकिकत ऐकून मी अभिमानाने म्हणालो, ''अरेरे! तुझ्याकडे माझं लक्ष गेलं की, मला त्या बिचाऱ्या कर्नलची सारखी कीव यायला लागते.''

हे ऐकल्यावर जेनियाचा चेहरा पुन्हा कावराबावरा झाला. पुन्हा स्वत:ला सावरून घेऊन ती म्हणाली, ''आता जेव्हा जेव्हा त्या गोष्टीचा विचार करते, तेव्हा तेव्हा मला हसूच येते. थोडीशी भीतीही वाटते. ओडेसाहून निघायच्या आदल्या दिवशी संध्याकाळी त्यानं मला लग्नाची मागणी घातली. उगाच संशय नको, म्हणून मी ती मान्यही केली. आमचा 'वाङ्निश्चय समारंभ'ही आम्ही साजरा केला. त्याच वेळी पुढं काय करावं सुटण्यासाठी, याचा मी विचार करीत होते. त्याला जरा अधिक सुरक्षित आणि विश्वासार्ह वाटावं, म्हणून मी त्याला पुढं सांगितलं की, माझ्या या लग्नाची वार्ता माझ्या नातेवाइकांना सांगण्यासाठी मी उद्याच मॉस्कोला निघावं, असं म्हणते. त्यावर त्यानं मोठ्या अनिच्छेनं माझा निरोप घेतला. मग मी खरोखरीच त्याच्याशी लग्न करायला तयार आहे, हे ऐकून त्याला मोठा आनंदही झाला. मी एका आठवड्याच्या आत परत येईन आणि मग आपण लग्न करू, असं सांगून मी त्याला धीर दिला.

''दुसऱ्या दिवशी अर्थातच त्यानं मला स्टेशनवर नेलं आणि मॉस्कोचं तिकीटही काढून दिलं. वाटखर्चाला आणि इतर कामासाठी म्हणून तीनशे रूबल्स देऊन पुन्हा परतीचं भाडंही दिलं. खरोखरीच मला निरोप देण्याचा तो समारंभ मोठा हृदयद्रावक होता. दोन तासांनी माझी गाडी सुटली. मग मी त्या मॉस्कोच्या तिकिटाचे तुकडे केले आणि आघाडीकडे जाणाऱ्या गाडीत बसले. झालं, संपली हकिकत. अशा रीतीनं मी इथे आले.''

मला वाटते, या सबंध युद्धात ही एकच स्त्री अशी असेल, की जिने शत्रूच्या नव्या सैन्यभरतीची वार्ता तर तपशीलवार कळवलीच; पण हे सैन्य आघाडीवर कोणत्या भागात लढायला जाणार आहे, याचीही वार्ता आणली.

जेनिया जोसिफोव्हना हिने आपल्या कामगिरीबद्दल कसलेही अधिक वेतन घ्यायचे नाकारले. तशी सूचना केलेलीही तिला आवडली नाही. लवकरच ती मूळपदाला आली आणि पूर्वीसारखीच आनंदी आणि

खेळकर दिसू लागली. आदल्याच दिवशी तिचा ज्या माणसाने पाठलाग केला होता, त्याचे अस्तित्वही ती विसरून गेली.

"मला काहीतरी द्यायचंच तुमच्या मनात असेल, तर तुमच्याजवळचं खास मद्य थोडंसं द्या. ते मात्र मी नाकारणार नाही." असे तिने मला सांगितले.

वरील घटनेनंतर दोनच दिवसांनी, संदेशवाहक पाखरांची नीट व्यवस्था लावण्याचे काम आटोपून फेलिक्स परत आला. त्याने आपले काम मोठ्या कुशलतेने उरकले होते. माझ्या खोलीत येऊन, खिडकीतून बाहेर पाहत पाहत त्याने आपला वृत्तान्त मला निवेदन केला.

"लेफ्टनंट, लवकर इकडे या!" तो एकाएकी उद्‌गारला. मी एकदम उठलो आणि त्याच्याशेजारी खिडकीजवळ जाऊन उभा राहिलो.

"तो पिंगट रंगाचा पोशाख घातलेला माणूस तुम्हाला दिसतोय का? त्यानं आपल्या डोळ्यांवर टोपी ओढून घेतली आहे पाहा. आत्ता माझाच पाठलाग करत होती स्वारी. मी त्याला रशियन लोकांच्या घोळक्यात पाहिलं आहे, अगदी शपथपूर्वक सांगतो."

खिडकीला असलेल्या पडद्यातून मी डोकावून पाहिले. तो माणूस एका दुकानाच्या बाहेरच्या काचेतून आत पाहत उभा होता. नंतर तो हळूहळू चालायला लागला.

"तोच तो!" फेलिक्स मोठ्यांदा ओरडून म्हणाला.

"क्रॅम, ताबडतोब इकडे ये." मी शेजारच्या खोलीकडे तोंड करून हाक मारली, आणि त्याचबरोबर एक मिलिटरी पोलीस माझ्याजवळ येऊन उभा राहिला.

"तो पिंगट रंगाचा पोशाख केलेला माणूस दिसतोय का तुला?"

"होय, साहेब."

"ठीक. मग बघू काय करतोस ते. दहा मिनिटांच्या आत त्याला इथे घेऊन यायचं, अं? तुझ्याजवळ हातकड्या आहेत का नाहीत?"

"आहेत ना. नेहमीच असतात त्या माझ्याजवळ!"

– असे म्हणून उजव्या खिशात हात घालून त्याने एकदा चाचपल्यासारखे केले आणि तो दरवाजातून बाहेर पडला. तिरकस चालत-चालत त्याने रस्ता ओलांडला. तो माणूस वळला नाही. त्याअर्थी त्याला कसलीच चाहूल लागली नव्हती, हे उघड होते. तो

माणूस पुन्हा एका दुकानाच्या खिडकीसमोर खिशात हात घालून रेंगाळत उभा राहिला. कोपऱ्यातल्या खिडकीतून मला रस्ता आणि रस्त्यावर घडणाऱ्या घडामोडी स्वच्छ दिसत होत्या. क्रॅम आपल्या सावजाकडे धीरे धीरे चालत गेला. नंतर ते दोघेही काहीतरी बोलू लागले आणि मग त्या माणसाने झट्दिशी आपला उजवा हात वर उचललेला मी पाहिला.

"आपला हात त्यानं तोंडापाशी नेला, हे बघितलं का तुम्ही?" फेलिक्सने मला विचारले.

"होय. पण आता त्याचा काही उपयोग होईल, असं मला वाटत नाही."

माणसे पकडण्याचा अभ्यास क्रॅमने भरपूर केला होता. याही माणसाला त्यानं घट्ट आवळून धरले. त्याच वेळी दोन सैनिक रस्त्यावरून चालले होते. तेही क्रॅमच्या मदतीला धावले. त्या माणसाने जोराचा हिसडा देऊन त्या तिघांनाही जमिनीवर लोळवले, पण अखेरीस त्याला हातकड्या घातल्या गेल्या आणि पाच मिनिटांच्या आतच तो माणूस माझ्यापुढे आणून दाखल करण्यात आला. जोरात गुरगुरत त्यानं मला विचारलं, "हा काय प्रकार आहे? कशाबद्दल मला पकडलंत आणि हातकड्या घातल्यात?"

"सांगू? तू रशियन लोकांचा हस्तक आहेस म्हणून. क्रॅम, याचे पाय थोडेसे बांधून टाक. म्हणजे याला हळूहळू चालता येईल असे, हं! अन् मग याला एका कोठडीत घालून मी पुन्हा हाक मारीपर्यंत त्याच्यावर पहारा ठेव."

एवढे सांगून मी स्टाफ सर्जनला बोलावणे पाठवले. त्याची माझी चांगलीच ओळख होती. आपल्याला कशासाठी बोलवले असले पाहिजे, याचाच त्या सर्जनने बरोबर अदमास करून मला सांगितले की, "माझ्या नोकराबरोबर असं झकास रेचक पाठवून देतो की, पंधरा-वीस मिनिटांच्या आत पोटात जे काही असेल-नसेल, ते सगळं झाडून बाहेर पडलं पाहिजे."

ते औषध खिशात घालून मी कोठडीकडे गेलो. कोठडीच्या एका कोपऱ्यात कैदी बसला होता. त्याचे दोन्ही हातपाय बांधले गेले होते आणि आमच्या मिलिटरी पोलिसांची कोठडीसमोर सारखी गस्त चालू होती. मी क्रॅमला बाजूला घेऊन हळू आवाजात विचारले, "या माणसानं

काहीतरी गिळलं मघाशी हे नक्की ना?''

''नक्कीच. याविषयी काही शंकाच नको.''

मग मी त्या रशियन हेराकडे वळलो.

''जर तू शहाणा असशील, तर मी देतो हे औषध मुकाट्याने घेऊन टाक. जर नाकारशील, तर तुला हे बळेच पाजावे लागेल. काय करतोस?'' मी त्याला विचारले.

''मी पुष्कळ शहाणा आहे, पण हे औषध मात्र मी घेणार नाही. मला माहीत आहे, तुम्ही मला विषप्रयोग करणार आहात.''

हे ऐकल्यावर मी त्याच्याजवळ उभा राहिलो आणि त्याच्या तोंडाकडे टक लावून पाहत राहिलो.

''मघाशी रस्त्यात तू कसलीतरी लहानशी वस्तू गिळून टाकलीस. ती वस्तू मला तुझ्याविरुद्ध पुरावा म्हणून हवी आहे. म्हणजे मी तुझा योग्य तो बंदोबस्त करीन.''

''मी गिळली? अन् लहानशी वस्तू?'' असा प्रश्न त्याने मोठ्या तावातावाने विचारला खरा, पण त्याचा चेहरा पांढराफटक पडला होता आणि त्याच्या काचेसारख्या डोळ्यांत मृत्यूची भीती साठलेली मला स्वच्छ दिसत होती.

''मी काही गिळलेलं नाही.'' धीर धरून त्याने कसेबसे मला सांगण्याचा प्रयत्न केला.

मी घंटा वाजवली, त्याबरोबर आणखी दोन मिलिटरी पोलीस आत आले. मी त्यांना सांगितले की, ''तुम्ही तिघे मिळून हे काम करून टाका आणि जे काही सापडेल, ते माझ्याकडे घेऊन या.'' एवढे सांगून मी परतलो. स्टाफ सर्जनने खरेच अतिशयोक्ती केली नव्हती. त्याने दिलेली औषधे चांगलीच प्रभावी होती. दहाच मिनिटात मिलिटरी पोलीस माझ्याकडे आला आणि माझ्या टेबलावर त्याने ॲल्युमिनियमची एक गोळी ठेवली. ती पोकळ गोळी मी उघडली, तेव्हा त्यातून एक लहानसा कागदाचा तुकडा बाहेर पडला. त्या तुकड्यावर कसलातरी शिक्का होता आणि त्यावर लिहिलेले होते, 'हेडक्वॉर्टर, चौथा सैन्य विभाग, गुप्तहेर-खाते.'

रशियन आघाडीवरून इकडे-तिकडे संचार करता यावा, म्हणून रशियन गुप्तहेरांना असलेच कागदपत्र दिले जात. हा कागद जेव्हा मी

त्या माणसाला दाखवला, तेव्हा मात्र त्याने काहीही नाकारायचा प्रयत्न केला नाही. तो म्हणाला, ''मला वाटतं, मला आता गोळी घालून ठार करण्यात येईल.''

''अर्थातच!'' मी म्हणालो, ''युद्धमान असलेलं कुठलंही राष्ट्र शत्रूच्या हेरांना मृत्यूचीच शिक्षा देत असतं.''

''पण रशियन हेरखात्याची इतर माणसंही शहरात पुष्कळ आहेत. त्यांची नावं मी सांगितली, तर मला जीवदान मिळेल काय?''

''निश्चित मिळेल; परंतु जे काही सांगशील, ते खरं आहे, अशी आमची खात्री पटली तर.''

''पण नंतर तरी तुम्ही मला गोळी घालणार नाही, याची हमी काय?''

''एक प्रशियन अधिकाऱ्याचा शब्द!''

एवढे ऐकल्यावर तो आपल्या मातृभाषेत मनाशीच काहीतरी पुटपुटला. मग कसलेही आढेवेढे न घेता त्याने शहरात असलेल्या चार रशियन हेरांची नावे आणि पत्ते मला भराभरा सांगितले.

''तुमचा परवलीचा शब्द काय?''

''वायईटर.'' (रशियन भाषेतला हा शब्द. 'वारा' असा याचा अर्थ.)

या माणसाने ज्या चार माणसांचा विश्वासघात केला, त्यांना मी माझ्या नेहमीच्या युक्तीने पकडले. माझ्या नेहमीच्या कपड्याबरोबर माझ्या ट्रंकेत एक रशियन अधिकाऱ्याचा पोशाखही नेहमी तयार असे. मला रशियन भाषाही उत्तम येत असल्याने, या युद्धाच्या चार वर्षांत माझे वेशांतर कधीच कोणाला ओळखू आले नाही. इतर अनेक उपायांनी न बाधणारे रशियन गुप्तहेर माझा रशियन अधिकाऱ्याचा गणवेश आणि अस्खलित रशियन बोलणे याला बळी पडत असत. त्या कैद्याकडून घेतलेला गुप्त परवाना मी खुणेदाखल फेलिक्सला दिला आणि चौघांपैकी पहिल्या हेराचा पत्ता देऊन त्याला बोलवायला पाठविले.

फेलिक्सने त्याला परवाना दाखवून सांगितले, ''तुमच्याकडे फार महत्त्वाचं काम आहे. रशियन जनरल स्टाफचे एक अधिकारी आत्ता ताबडतोब तुमच्याशी काही बोलू इच्छिताहेत. त्याप्रमाणे तुम्हाला तिकडे घेऊन येण्याचा मला हुकूम आहे.''

या बोलण्यानं कसलाही संशय न येता तो गुप्तहेर फेलिक्सबरोबर आला.

तो हेर जेव्हा माझ्या खोलीत शिरला, तेव्हा मी माझा नेहमीचा साधा पोशाख काढून ठेवला आणि आत असलेला रशियन अधिकाऱ्याचा गणवेश त्याला दिसेल असे केले. नंतर मी त्याच्याकडून कामाचा अहवाल मागितला. तो अहवाल सांगू लागला आणि अशा रीतीने आपले अपराधित्व आपोआपच सिद्ध करू लागला, तेव्हा मी घंटा वाजविली. त्या हेराने पुढे तोंड उघडायच्या आधीच तिघा मिलिटरी पोलिसांनी त्याला पकडून नेलेही. आणखी तीन वेळा मी हाच प्रयोग केला, आणि पाच तासांच्या आतच त्या चौघाही रशियन हेरांना कोर्टमार्शलसाठी कोठडीत डांबून टाकले. मग कमांडंटला बोलावून त्या कैद्यांचा ताबा घेण्यासाठी मी त्याला चार सैनिक पाठवून द्यायला सांगितले. एवढे झाल्यावर पहिल्या – रस्त्यात पकडलेल्या कैद्याला भेटण्यासाठी म्हणून मी त्याच्या कोठडीत गेलो आणि त्याला सांगितले की, "तू सांगितलेली माहिती खरी ठरल्यामुळे तुला दिलेला शब्द पाळला जाईल. तुला ठार मारण्यात येणार नाही; पण युद्ध चालू असेपर्यंत तुला युद्धकैद्यांच्या तळावर राहावे लागेल."

"या पकडलेल्या चौघांचं आता काय होणार?" त्याने भीतीने विचारले.

"ते आता कोर्ट ठरवील; पण माझ्या कल्पनेप्रमाणे त्यांना गोळी घालून ठार मारण्यात येईल."

"मारण्यात येईल?" त्याने ओठ एकमेकांवर घट्ट दाबून विचारले.

"होय, ठार मारण्यात येईल; पण तू त्यांची चौकशी का करतोस? आपल्या या परिस्थितीबद्दल आपण कोणाचे आभार मानायला पाहिजेत, हे काय त्यांना कळलेलं नाही." मी खोचकपणाने आणि तिरस्काराने बोललो, "आपला जीव वाचला ना? मग चौघे बळी गेले तर गेले!"

या वेळी तो अगदी कोलमडायच्या बेतात आला होता. त्याचे सगळे धैर्य संपले होते. एका मिलिटरी पोलिसाने त्याला हाताला धरून कमांडरच्या ठाण्याकडे नेले. तेथून दुसऱ्या दिवशी त्याला युद्धकैद्यांच्या तळावर पाठवायचे होते. पण दुसऱ्या दिवशी सकाळी जेव्हा सैनिकांनी त्याची खोली उघडली, तेव्हा त्यांना दचकून मागे सरकावे लागले.

तिथल्या एका लोखंडी तुळईला फास अडकवून त्या माणसाने आत्महत्या केली होती. त्याचा चेहरा काळानिळा आणि विकृत झाला होता.

बंदुकीच्या गोळ्यांना घाबरून ज्याने आपल्या चार सहकाऱ्यांना मृत्यूच्या दारात लोटले होते, तो हा माणूस आपणहोऊन गळ्याला फास अडकवून घेऊन या जगातून चालता झाला होता.

या युद्धात पूर्वेकडच्या आघाडीवर संदेशवाहक कबुतरांनी फार मोठी कामगिरी बजावली. त्यांनी अनेक वेळा फार महत्त्वाचे संदेश पोहोचविले आणि आणले. एखाद्या बाणासारखी ही पाखरे सरळ रेषेत उडत जात आणि अगदी न चुकता ठरावीक ठिकाणी उतरून थांबत. खरोखर ही मोठी आश्चर्याची गोष्ट वाटेल; पण वस्तुस्थिती तशी होती खरी. अशा प्रकारची पाखरे माझ्याजवळही पुष्कळ होती; पण मुख्य अडचण होती ती, कुणीतरी विश्वसनीय माणूस रशियन आघाडीच्या पाठीमागे असण्याची. म्हणजे मग वेळप्रसंगी तो या पाखरांच्या मार्फत आम्हाला महत्त्वाच्या बातम्या कळवू शकला असता. त्याहीपेक्षा अवघड गोष्ट म्हणजे ही पाखरे त्या माणसापर्यंत नेऊन पोहोचविणे. कारण ही पोहोचवायची म्हणजे सरळ आघाडीच्या प्रदेशातूनच पोहोचवायची, हे अगदी उघड होते.

एखादा माणूस ही पाखरे बरोबर घेऊन रात्रीच्या वेळी आघाडीच्या प्रदेशातून पुढे निसटला असे गृहीत धरले, तरी तेवढ्याने भागण्यासारखे नव्हते. रात्रीच्या वेळी कसले तरी पार्सल घेऊन जाणारा माणूस पाहिला, की कुणालाही त्याचा संशय आला असता. मग तो वरवर दिसायला कितीही निरुपद्रवी दिसो. असले काम करणारा माणूस म्हणजे भलताच चलाख पाहिजे आणि त्याने ठराविक ठिकाणी जाण्याचा मार्गही वेडावाकडाच काढला पाहिजे. आमच्या कामातला हाच सर्वांत अवघड भाग होता – आघाडीच्या पाठीमागे ही पाखरे कशी पोहोचती करायची?

"ही वीस पाखरं सुरक्षितपणे पलीकडे नेण्यात मला मदत करू शकतील, अशी दोन विश्वासाची माणसं आहेत मला ठाऊक.'' फेलिक्स मला सांगू लागला, ''आम्ही जंगलातून, झाडाझुडपांतून दबत दबत जाऊ. बहुतेक आम्हाला कुणी वाटेत भेटणारच नाहीत. मी त्यांच्यापुढे साधारण शंभर पावलांवर राहीन. काही धोका आहे असं वाटलंच, तर पळत पाठीमागे येऊन त्यांना तशी सूचना देईन. माझे दोन्ही मित्र दहा-

दहा पाखरं घेतील प्रत्येकी. या लहानशा डब्या आणि कागद मी बरोबर नेतो, म्हणजे झालं.''

पाखरांच्या बरोबर जे संदेश पाठवायचे असतात, ते अगदी पातळ कागदावर लिहून ॲल्युमिनियमच्या लहानशा डबीत घालून ती डबी पाखराच्या एका पायाला बांधतात; पण हे केले, म्हणजे सगळे संपले असे मात्र नाही. पहिली गोष्ट म्हणजे हेरांनी अशी पाखरे, दुसऱ्या ने-आण करणाऱ्या माणसाच्या स्वाधीन करायची. संशय येऊ नये, म्हणून हा प्रकार अर्थातच रात्रीच्या वेळी करायचा. त्या माणसाने ही पाखरे मोठ्या शिताफीने दडवून ठेवायची. कारण अशा वेळी पाखरे पाळणारा प्रत्येक जण हा संशयास्पद समजला जात असतो. मग तो जर्मन आघाडीच्या बाजूचा असू द्या, नाहीतर रशियन आघाडीच्या बाजूचा असू द्या.

एवढे करूनही संपत नाही. हवेत उडत जाणारे प्रत्येक कबुतर हे संशयास्पदच मानले जाते. जमीन सोडल्यानंतर ते एका विशिष्ट उंचीवरूनच जात असल्यामुळे ते कोठून निघाले असले पाहिजे, हेदेखील शोधून काढता येते. एखादा तज्ज्ञ माणूस तर त्याची मूळ जागा बरोबर सांगू शकतो. म्हणजेच, ही पाखरे पाठवणाऱ्या माणसाला अत्यंत काळजीपूर्वक आणि दक्षतेने वागावे लागते. अगदी निर्जन अशी जागाच या दृष्टीने निवडणे फायदेशीर असते. म्हणजे शेजाऱ्यापाजाऱ्यांचा त्रास होत नाही आणि कुणी वायफळ चौकशीही करत नाही.

ही पाखरे बाणासारखी सरळ जातात. त्यांच्या या विशिष्ट पद्धतीमुळे त्यांच्याकडे आघाडीवरील माणसांचे लक्ष चटकन जाते. अशी पाखरे संशयास्पद समजली जातात आणि त्यांच्यावर दोन्ही बाजूंनी गोळीबार होऊ शकतो, ही गोष्ट सांगावयालाच पाहिजे असे नाही. शंभरातली तीस तरी पाखरे अशा गोळीबाराला बळी पडतात. म्हणून मी आमच्या हेरांना आज्ञाच दिल्या होत्या की, प्रत्येक संदेश हा तीन-तीन कबुतरांच्या बरोबर स्वतंत्रपणे पाठवीत चला. जरी एखादे दुसरे गोळी लागून खाली पडलेच, तर उरलेले एक तरी आपल्यापर्यंत सुखरूप येईल.

यावर कुणी शंका काढील की, 'काय हो, पाखरं पोहोचवायची ही कामे जर इतकी अवघड आणि संकटाने भरलेली असतात, तर मग पाखरांचा उपयोग तरी कशाला करायचा? मग त्यापेक्षा थोडासा धोका

पत्करून माणसांनीच हे निरोप पोहोचवले तर काय बिघडलं?' ही शंका काही प्रमाणात खरीही आहे आणि प्रत्येक ठिकाणी माणसाचा उपयोग करणे शक्य झाले असते, तर मग या संदेशवाहक पाखरांचा उपयोग करणे आवश्यक वाटलेही नसते; पण गोष्ट अशी आहे की, शत्रूच्या हालचालींचा सुगावा लागण्यासाठी शत्रूच्या प्रदेशांत आपले हस्तक कायमचेच ठेवावे लागतात. प्रत्येक जणाकडे विशिष्ट विभाग नेमून दिलेला असतो; पण हा हस्तकांचा पुरवठा काही मर्यादित प्रमाणातच असतो. बुद्धिमान आणि विश्वासू अशी माणसे मिळणेही मोठे कठीण. शिवाय या संदेशवाहक पाखरांचा वेग माणसाच्या वेगापेक्षा दहा ते वीस पट अधिक असतो. नुसत्या हेरापेक्षा बरोबर संदेशवाहक पाखरे असलेले गुप्तहेर, हे दहापटीने कार्यक्षम असतात. ही अनुभवसिद्ध गोष्ट आहे.

असो. मी मागे सांगितल्याप्रमाणे, माझ्या सूचनेप्रमाणे, प्रत्येक संदेश हा तीन निरनिराळ्या कबुतरांमार्फत पाठविला जात असे. प्रत्यक्षात माझी ही सूचना फारच मोलाची ठरली. दहापैकी सहा संदेशांच्या वेळेस तर एकेक कबुतर सुखरूपपणे इकडे येऊ शकले. बाकीची कबुतरे आमच्या लोकांनी म्हणा किंवा रशियनांनी म्हणा; पाडली असली पाहिजेत, हे उघड आहे. या ठिकाणी मी एकच उदाहरण देतो. या प्रकरणात बिनतारी यंत्राचाही उपयोग झाला नाही, इतका कबुतरांचा झाला. रशियन जनरल हेडक्वार्टर्सच्या आज्ञेनुसार त्यांचा 'ओसोवीज' या ठिकाणी राखीव म्हणून असलेला १९ वा उत्कृष्ट सैन्यविभाग एकाएकी हलविण्यात आला आणि ३६ तासांच्या आत त्या विभागाने मिटाऊ येथील आघाडीवर येऊन चढाई करायची, असेही ठरविण्यात आले. या मिटाऊ आघाडीवर आमचा प्रतिकार बेताबेताचाच होता. या सैन्यविभागाचे संदेशाचे केंद्रही त्याप्रमाणे हलविण्यात आले. हा सगळा कारभार अगदी गुपचूप झाला. आमच्या हेराने जर ही बातमी स्वतः आणली असती, तर त्याला कमीतकमी वीस तास लागले असते आणि मग आम्हाला प्रतिकाराची सिद्धता करायला फारच थोडा अवधी मिळाला असता. शिवाय, रशियन लोकांनी ही बातमी इतकी गुप्त ठेवली होती आणि ओसोवीजपाशी पहारा इतका कडक करण्यात आला होता की, त्या वेळी तरी आमच्या हेराला तिथून निसटणे ही गोष्ट अशक्य होती. अशा वेळी आम्हाला काहीही करता आले नसते. अशा आणीबाणीच्या

वेळी त्या भागातला संदेशवाहक कबुतरे असलेला आमचा हेर आम्हाला फारच उपयोगी पडला. त्याने एकच संदेश देऊन तीन कबुतरे आमच्याकडे पाठविली. कारण 'ओसोवीज'वरूनच त्यांना उड्डाण करायचे होते. त्यांपैकी दोन कबुतरे खाली पाडण्यात आली. म्हणजे जास्त पाठवली गेली नसती, तरी एवढा महत्त्वाचा संदेश पाठवूनही आम्हाला त्याचा काहीही उपयोग झाला नसता; पण तिहींपैकी एक सुखरूप आमच्यापर्यंत आले. त्याच्या पायाला बांधलेली डबी काढून मी कागद वाचला, तेव्हा त्या कागदावर स्वच्छ लिहिलेले होते, 'आजपासून १९ व्या सैन्यविभागाचे स्थलांतर सुरू. दिगामिटाऊ मार्गाच्या दोन्ही बाजूंनी हा विभाग हल्ला करील आणि तोही तेथे तेथे आल्याबरोबर ताबडतोब.'

ही बातमी आल्यावर मी ताबडतोब जनरल स्टाफची महत्त्वाची बैठक बोलावली आणि आमच्या सैन्याच्या गुप्तहेर अधिकाऱ्यालाही बोलावणे धाडले. याचा परिणाम इतका झाला की, आम्हाला ताबडतोब बाहेरून साहाय्य मागविता आले. पुढे रशियनांनी जेव्हा हल्ला केला, तेव्हा त्यांचे फारच नुकसान झाले आणि त्यांना नाईलाजाने परतावे लागले.

अर्थात हे एक उदाहरण झाले. अशी अनेक सांगता येतील. खरोखरीच, ही उद्योगी संदेशवाहक कबुतरे काही वेळेला इतकी उपयोगी पडली आहेत, की त्याला तोड नाही.

जेनिया ओडेसाहून परत आल्यानंतर तीन आठवडे लोटले असतील-नसतील तोच; ती, मी आणि फेलिक्स अशी तिघेही कामाच्या निमित्ताने एकत्र बोलत बसलो होतो. माझ्यासमोर दोन महत्त्वाची कामे होती आणि ती ताबडतोब पुरी होणे आवश्यक होते. फेलिक्स आणि जेनिया हे दोघेही माझे अत्यंत धीट आणि विश्वासू असे सहकारी. त्यामुळे स्वाभाविकपणेच या कामासंबंधी मी त्यांना प्रथम विचारले. पहिले काम म्हणजे, रशियन आघाडीच्या पाठीमागे असलेल्या गुप्तहेरांना संदेशवाहक कबुतरे पोहोचविणे.

आघाडीवर अनेक ठिकाणी शत्रू चढाईचे धोरण पत्करीत असल्याची अनेक चिन्हे दिसत होती. विशेषतः दक्षिण-आघाडीवर ऑस्ट्रियनांविरुद्ध त्यांचा विशेष रोख दिसला. त्यांच्या कित्येक बिनतारी संदेश-केंद्रांनी आपापली कामे थांबवली होती. याचा अर्थच असा होता की, त्यांचे

दुसऱ्या जागी स्थलांतर झालेले होते. त्यामुळे संदेशवाहक कबुतरे हीच पुन्हा आमची प्रमुख साहाय्याचे साधने ठरली. त्या दृष्टीने, शक्य तितक्या लवकर ही कबुतरे पाठीमागे पोहोचविणे आवश्यक होते. म्हणून मी असे ठरवले की, दुसऱ्या दिवशी संध्याकाळी बरोबर चार विश्वासू माणसे घेऊन फेलिक्सने या कामगिरीवर जावे; त्यानंतर एक-दोन दिवसांनी जेनियाने 'मोगीलेफ' या ठिकाणी जावे. तिथे रशियन अधिकाऱ्यांत मिसळून त्यांच्या चढाईच्या धोरणाविषयी काही माहिती मिळते का हे तिने पाहावे, एवढे ठरल्यानंतर दुसऱ्या दिवशी संध्याकाळी फेलिक्स आपल्या चार सहकाऱ्यांना आणि कबुतरांना घेऊन आघाडीकडे गेला आणि दुसऱ्या दिवशी जेनियाही प्रवासाच्या तयारीला लागली.

पण जेनिया त्या दिवशी नेहमीप्रमाणे हसतमुख नव्हती. ती अगदी खचलेली आणि गलितगात्र अशी दिसत होती. ते बघून मला मोठे आश्चर्य वाटते. मी तिला विचारले, "जेनिया जोसिफोव्हना, हा काय प्रकार आहे? आज तुझा चेहरा असा विषण्ण का?"

"अं..." ती म्हणाली, "खरं म्हणजे हा सगळाच वेडेपणाचा प्रकार! असल्या समजुतीवर कुणीही विश्वास ठेवू नये. वास्तविकपणे –"

"पण काय झालं ते सांगशील तर खरं! माझीही तुला काही मदत झाली तर होईल."

"काही नाही हो, अगदी वेडगळपणा! एक स्वप्न ते काय पडलं, पण... काही नाही. काल रात्री माझ्या आईला एक स्वप्न पडलं. तिच्या स्वप्नांत मी आले अन् कशी माहीत आहे? लांबलचक पांढराशुभ्र झगा, डोक्यात पांढरी फुलं, असं पांढरं सगळं. सकाळी चहा घेताना तिनं मला हे स्वप्न सांगितलं आणि मला म्हणाली, 'याचा अर्थ तुला माहीत आहे का? पांढरेशुभ्र कपडे अन् पांढरी फुलं म्हणजे मृत्यू. तेव्हा जेनिया, तू या खेपेला कुठंही जाऊ नकोस. घरीच राहा.' मी आईला सांगितलं की, 'अगं, ही स्वप्नं का कधी खरी असतात? त्यात काही अर्थ नसतो. शिवाय दुसरी गोष्ट अशी की, आज रात्रीच मी माझ्या कामगिरीवर निघेन, असं मी लेफ्टनंटना वचन दिलं आहे. वचन म्हणजे वचन. दहा दिवसांत मी परत येते का नाही बघ तू. मग तूच त्या स्वप्नाला हसशील.' इतकं सगळं आईला सांगितलं, तरी मी निघाले, तेव्हा आईनं

रडूनरडून गोंधळ केला. अजून माझ्या डोळ्यांपुढून ते दृश्य जात नाही. म्हणून माझा चेहरा असा उदास झालाय.''

''जेनिया, तू जर खरोखरीच घाबरली असशील किंवा अस्वस्थ झाली असशील, तर तुझ्याऐवजी पेट्रोव्हस्कीला पाठवतो मी. तुझ्या निम्म्यानंही काम त्याच्या हातून होणार नाही, पण...''

''नाही नाही, तसं नाही.'' जेनिया एकदम मोठ्या स्वराने म्हणाली, ''मी हे सगळं भारूड तुम्हाला सांगितलं, का तर तुम्हीच विचारलंत म्हणून. चला, चटदिशी खंदकाकडे जाऊन कर्नलसाहेबांना भेटू या. तिथे थोडंसं मद्य घेतलं, की हे सगळं जाईल निघून डोक्यातून. का तुमच्याजवळ आहे इथे थोडंसं मद्य?''

''वा! अगदी मलाही पुढचं स्वप्न पडल्यासारखंच झालं की! मी इथेही मद्य घेऊन आलोच आहे थोडंसं. आणि उद्या सकाळपर्यंत तुला भूक लागू नये, म्हणून द्यायला थोडीशी चॉकोलेट्सही बरोबर घेऊन आलो, पण ग्लास आणायचा विसरलो. म्हणजे आता एका बाटलीतूनच प्यायला पाहिजे आपल्याला.''

हे ऐकल्यावर तिचा चेहरा उजळला.

''पिऊ या की! त्याला काय होतंय?''

ती उन्हाळ्याच्या दिवसांतली रात्र मोठी सुंदर वाटली. सबंध आघाडीवर जिकडे-तिकडे निःस्तब्धता होती. झाडावर कुठे कुठे पाखरे कुजबुजत होती. जमिनीला लागून असलेला धुक्याचा पातळ पडदा वर उचलला जात होता. आम्ही किंचित बाजूला उभे राहिलो. जेनिया माझ्या खांद्यावर रेलली आणि एखाद्या लहान मुलाप्रमाणे तिने आपल्या शरीराचा सारा भार माझ्या अंगावर टाकला. एका खंदकाच्या कडेला आम्ही दोघेही बसलो. जेनिया स्वप्नाळूपणाने कुठेतरी टक लावून पाहत राहिली.

बराच वेळ थांबून मग ती मला म्हणाली, ''आत्तापर्यंत आपण आपल्या कामाचाच विचार करीत आलो. मी कोण, कुठली, याची तुम्हाला काहीच माहिती नाही. मी तुम्हाला सांगू का सगळं? की त्यामुळे तुम्हाला त्रास होईल? अजून अंधार पडायला पुष्कळ अवकाश आहे, तेव्हा आपल्याला वेळ आहे.''

''सांगू का म्हणजे?... सांग ना. तुला ज्या ज्या गोष्टींबद्दल जिव्हाळा

वाटतो, त्या त्या गोष्टींबद्दल मलाही जिव्हाळा वाटतो, हे तुला माहीत का नाही? पण आधी थोडंसं मद्य घे पाहू. अगदी मुद्दाम तुझ्यासाठी आणलंय मी हे. हं, घेऊन टाक.''

यानंतर जेनियाने आपली सगळी जीवनकथा मला सांगितली आणि मग ती एकाएकी मुसमुसून रडायला लागली.

''काय झालं काय तुला, जेनिया?'' मी घाबरून विचारले, ''तू रडतेस का म्हणून?''

तिने आपले मस्तक माझ्या खांद्यावर टेकले आणि अबोलपणे ती हुंदके देत राहिली.

''मी जर तुम्हाला एक विलक्षण गोष्ट सांगितली, तर तुम्ही रागावणार नाही ना?'' ती हुंदके देत देत हळू आवाजात म्हणाली, ''हे रहस्य मी अजून कुणालाही सांगितलं नाही. आईलासुद्धा.''

''सांगशील तर खरं.''

''तुम्ही माझा तिरस्कार तर करणार नाही ना? 'वाईट मुलगी आहे', असं तर म्हणायचे नाहीत ना?''

''नाही जेनिया, तसं काही होणार नाही.'' मी तिला आश्वासन दिले. तिने मग आपल्या हाताचा माझ्या अंगाभोवती विळखा घातला आणि माझ्या छातीवर आपले मस्तक टेकवले.

''खरं सांगते, माझ्या आयुष्यातला प्रेमासाठी रडायचा हा पहिलाच प्रसंग असेल. तुम्ही नेहमी मला मानी म्हणता, पण आज माझी स्थिती अतिशय हास्यापद झाली आहे! असलं विचित्र प्रेम आहे हे! तुम्हाला अजूनही कळलं नाही का हो, की तुम्ही मला केवळ माझे अधिकारी असं न वाटता, आणखीही काही वाटता? मी तुमच्यासाठी आगीतूनही खुशाल चालत जाते! कशासाठी? कारण या जगात तुमच्याइतकं दुसऱ्या कुणावरही माझं प्रेम नाही म्हणून... तुम्ही माझा तिरस्कारही करीत असाल! कारण फेलिक्सशी मी आधीच वचनबद्ध झाले आहे... पण तुमच्यावरचं प्रेम मला दूर सारता येत नाही हो! कितीतरी वेळा तुम्हाला हे सांगावं, असं माझ्या मनात आलं. मागच्या वेळेला तुम्ही मला खंदकातून घेऊन आलात, त्या वेळेला तर मला फारफार वाटलं... आता मला सांगा, तुम्ही माझा तिरस्कार करता का?''

"जेनिया, वेडे पोरी, तुझ्या डोक्यात हा खुळेपणा आला तरी कसा? अगं, माझ्याही मनात तो विचार आला नव्हता का? आला होता; पण तुझं फेलिक्सशी लग्न ठरलेलं होतं, म्हणून तो विचार मी मनात टिकू दिला नाही."

मी अत्यंत गोंधळून गेलो होतो, कदाचित त्यामुळे मी भलतेच शब्द बोलून गेलो असेन. पण माझ्या शेजारी ही सुंदर मुलगी बसली होती आणि तिचा सहवास आता काही तासांचाच राहिला होता. त्यानंतर केवळ माझ्यासाठी म्हणून अंगावर घेतलेल्या जिवावरच्या साहसात ती उडी घालणार होती. अशा स्थितीत तिच्याशी निष्ठुरपणाने वागणे मला कसे शक्य होते?

"ते माझ्याकडे लागलं," ती म्हणाली, "मी जर फेलिक्सला सांगितलं की, माझं तुमच्यावर प्रेम आहे, तर तो मला परवानगी देईल. फार चांगला आहे तो. मी त्याला जितकं चांगलं ओळखते, तितकं दुसरं कुणीही ओळखत नसेल. मी माझ्या कामगिरीवर आता अगदी सुखानं जाईन. त्यापूर्वी मला फक्त एक वचन द्या म्हणजे झालं. मी परत आल्यावर फेलिक्सशी यासंबंधी बोलायचं, अं? देणार ना एवढं वचन?"

"बरं, हे घे वचन, वेडे!"

एवढे मी म्हटल्याबरोबर तिचे ते वेड लावणारे हास्य कितीतरी दिवसांनी पुन्हा एकदा मला ऐकू आले.

"गेले कित्येक दिवस या विचारानं मला झोप येत नसे, पण ते माझं दु:ख आज संपलं. आता मी पहिल्यासारखीच हसरी, खेळकर झाले आहे. आता निघते मी. त्याआधी माझा हात तर धराल?"

थरथरणारा तिचा नाजूक, लहानसा हात मी माझ्या हातात घेऊन दाबला.

"आज मी इतक्या आनंदानं माझ्या कामगिरीवर निघाले आहे, की काही विचारू नका. इतकी आनंदी मी पूर्वी कधीही नव्हते. या खेपेला अशी सुंदर बातमी अन् माहिती घेऊन येते की, तुम्ही बघतच राहाल! लढाई संपेपर्यंत तुम्ही म्हणाल ते काम मी करीत राहीन बरं!"

आणि पुन्हा तिने मस्तक माझ्या खांद्यावर टेकले, पण या खेपेला ती हुंदके देत राहिली. आता ढगाआडून चंद्र बाहेर आला होता आणि

झाडाच्या माथ्याला चांदण्याचा लेप लागलेला होता. आमच्याभोवती दाट धुके पसरत चालले होते.

"आत्ता किती वाजले?" तिने विचारले.

"साडेतीन."

"अरे! म्हणजे मला निघायलाच पाहिले आता. नाहीतर पुन्हा उजेड होईल. काय वेळ मेला! बरं आहे मग, दहा दिवसांच्या आत मी याच ठिकाणी परत येईन. माझी वाट पाहत राहाल ना? वचन द्या."

"वाट पाहणारच मी, जेनिया. तुझी कामगिरी यशस्वी होऊन तू सुखरूप परत यावीस, हीच माझी सदिच्छा."

"आणि परत आल्यावर मी फेलिक्सला हे सगळं सांगायचं, अं?"

"सांगू ना. मी तुला वचनच दिलं नाही का तसं?"

"गॉड ब्लेस यू!" ('ईश्वर तुमचं भलं करो!') तिने माझे अभिष्टचिंतन केले आणि हळूहळू वाढत जाणाऱ्या धुक्यात ती दिसेनाशी होऊ लागली.

"गॉड ब्लेस यू!" मीही मोठ्यांदा ओरडून तिचे अभिष्टचिंतन केले आणि नंतर ती त्या अंधारात नाहीशी झाली.

संदेशवाहक कबुतरे पोहोचवण्याच्या मोहिमेवरून फेलिक्स योग्य वेळी परत आला. त्याने आपली कामगिरी उत्तम रीतीने बजावली होती.

"या खेपेला आम्हाला फार जड गेलं," सांगू लागला, "रशियन प्रदेशात शिरल्यावर आम्हाला कबुतरांची टोपली लपवीत-लपवीतच जावं लागलं. एकदा तर रशियन पहारेकरी थेट कबुतरं ठेवलेल्या जागेजवळूनच गेले. काय बावरलो होतो त्या वेळी आम्ही! पण सुदैव असं की, या कबुतरांनी कसलाही आवाज केला नाही आणि ते सैनिक कुठलाही संशय न येता पुढे गेले."

फेलिक्सची ही धाडसी गोष्ट ऐकत असताना मला मनातून त्याच्याबद्दल वाईट वाटत होते. त्याच वेळी मी मनातून निश्चयही केला की, जेनिया परत आल्यावर फेलिक्सचे मन न मोडण्याविषयी तिची समजूत घालायची.

कबूल केल्याप्रमाणे दहाव्या दिवशी, ज्या ठिकाणाहून जेनियाला मी त्या अंधाऱ्या रात्री निरोप दिला होता, तिथे जाऊन मी तिची वाट पाहत थांबलो; पण जेनिया परत आली नाही. दिवस उजाडल्याबरोबर मी स्टाफ हेड क्वार्टरकडे गेलो. याप्रमाणे पुढे आणखी पाच दिवस मी

तिची वाट पाहिली. सहाव्या दिवशी मात्र मी फेलिक्सला तिच्याबद्दल बोललो.

तो अस्वस्थ होऊन म्हणाला, ''जेनियाच्या बाबतीत काहीतरी विशेष घडलं आहे, मी नक्की सांगतो. सध्या आघाडीवर सगळीकडे सामसूमच आहे. तेव्हा मला पंधराएक दिवस मोकळीक द्या. तेवढी रजा द्या हवी तर, म्हणजे काय प्रकार आहे तो मी स्वत: पाहून येतो.''

''अगदी ठीक बोललास.'' मी म्हणालो, ''आपण नेहमी चांगल्याचीच आशा करावी, पण कदाचित जेनियाला कुठंतरी अडकवून ठेवलं असण्याची शक्यता आहे.''

फेलिक्सने खेदाने नुसती मान हलवली.

तीन आठवड्यांनी फेलिक्स परत आला. त्याचे केस कपाळावर वेडेवाकडे विखुरले होते आणि त्याचे हात थरथरत होते. मोठ्या कष्टाने तोंडातून शब्द काढीत तो म्हणाला, ''जेनियाला फाशी देण्यात आलं!''

हे ऐकल्यावर मी एकदम ताडकन उठून उभाच राहिलो.

''फाशी?'' मी भीतीने मोठ्यांदा ओरडलो. माझ्या अंगाला दरदरून घाम फुटला. फेलिक्सलाही पुढे बोलता येईना. त्याने नुसती संमतिदर्शक मान डोलवली.

''भयंकर! फार भयंकर! जेनिया... पोरी!... फेलिक्स, काय झालं ते लवकर सांग.'' मी हळहळलो.

आपले डोके हाताच्या तळव्यात खुपसून एखाद्या लहान मुलाप्रमाणे फेलिक्स हुंदके देऊ लागला.

''तुम्हाला माहीतच आहे की, जेनियावर एका माणसाचं प्रेम होतं, पण तिनं त्याला झिडकारून लावलं होतं. त्या माणसानं सूड घ्यायची प्रतिज्ञा केली होती. मी मोगीलेफला गेलो, तेव्हा एक कॅफेचा मालक असलेला एक ज्यू तिथे मला भेटला. त्यानं सांगितलं की, पंधरा दिवसांपूर्वीच कुणातरी एका सुंदर जर्मन मुलीला हेरगिरीच्या आरोपावरून फाशी देण्यात आलं. मी त्या ज्यूच्या हातात शंभर रूबल्स ठेवले, तेव्हा त्यानं मला आश्वासन दिलं की, या प्रकरणाची साद्यंत कथा माहीत असलेल्या माणसाला मी उद्या तुमच्याकडे घेऊन येईन. त्याप्रमाणे त्याने दुसऱ्या दिवशी माणूस आणला. तो पोक्त दिसला चांगला. गावच्या

कोर्टमार्शल विभागात कारकून म्हणून तो काम करीत होता. त्यानं केलेल्या सविस्तर वर्णनावरून ही गोष्ट स्वच्छ झाली की, ती फाशी गेलेली तरुण, सुंदर मुलगी म्हणजे जेनियाच होती. त्यानं मला सांगितलेली गोष्ट त्याच्याच शब्दांत अशी :

कोर्ट मार्शलचं काम कित्येक तास चाललं होतं. पहिल्यांदा असं ठरवण्यात आलं की, तिला मृत्यूची शिक्षा देण्यात येऊ नये. तिच्या तारुण्याचा आणि सौंदर्याचा प्रभाव कोर्टावर पडलाच; पण प्रॉसीक्युटरनं तिचं वर्णन जेव्हा, 'जर्मन हेरांपैकी सर्वांत धोकेबाज हेर' असं केलं, तेव्हा मात्र तिच्याबद्दल कोर्टाचं मत हळूहळू बदलत गेलं. सिनिअर क्लार्क म्हणून त्या खटल्याच्या वेळी मी स्वत: उपस्थित होतो. कैद्याच्या पिंजऱ्यात जेनिया जोसिफोव्हना ज्या शांतपणानं बसली होती, ते पाहून मला तिच्याबद्दल आदर आणि आश्चर्य वाटलं. ती भ्यालेली अथवा भावनावश झालेली मुळीच दिसली नाही. खरोखर सांगतो, कोर्टाच्या प्रेसिडेंटने जेव्हा तिला मृत्यूची शिक्षा फर्मावली, तेव्हा तिच्यापेक्षा मीच अधिक अस्वस्थ झालो...

"वरिष्ठ कोर्टाकडे दयेचा अर्ज करायची तुझी इच्छा आहे का?" प्रेसिडेंटने तिला विचारलं, "मृत्यूची शिक्षा कमी होईल कदाचित आणि सैबेरियाला जाऊन जन्मठेपेची शिक्षा भोगीत जिवंत राहाता येईल तुला."

यावर तिनं खणखणीत आवाजात सांगितलं, "नको नको! मला असली दया नको आहे."

दुसऱ्या दिवशी, पहाट व्हायच्या आतच तिला फासावर चढविण्यात आलं. मला त्या वेळेला इतकं अस्वस्थ वाटत होतं की, मी आजारी असल्याबद्दल चिठ्ठी पाठवून घरी राहिलो. नाहीतर फाशीच्या वेळी मला तिथे समक्ष हजर राहावं लागलं असतं. माझ्याबरोबरीच्या सहकाऱ्यांनी मला नंतर सर्व हकिकत सांगितली. कधीही न द्रवणारा फाशी देणारा माणूसदेखील तिचं रूप आणि कोवळेपण पाहून मनातून हलला, पाझरला. तिच्या गळ्याभोवती फास अडकवताना त्यानं एक मोठं चांगलं कृत्य केलं. आपल्या हातातल्या जडशा हत्यारानं त्यानं तिची गळ्याची घाटी एकदम मोडून, फाशीच्या सावकाश जीवघेण्या हालातून तिची सुटका करून टाकली. ही हकिकत त्यानं मागाहून एका अधिकाऱ्याला सांगितली आणि त्यानं मला सांगितली..."

"तेव्हा..." शेवटी हुंदके देत देत फेलिक्स मला म्हणाला, "तुम्हाला समजलं ना आता कसंकसं झालं ते? आपली छोटी जेनिया अशा रीतीनं जगातून कायमची नाहीशी झाली."

"आपली जेनिया गेली! कायमची नाहीशी झाली!" मी तेच वाक्य अगदी बधिरपणे उच्चारले. या क्षणाला एखाद्या सामान्य गुन्हेगाराप्रमाणे, कुठल्या तरी अज्ञात खड्ड्यात त्या गोड, आनंदी, हसऱ्या मुलीचा देह पडलेला आहे, या कल्पनेवर माझा विश्वासच बसेना. ती कल्पनाच मला सहन होईना. फेलिक्सच्या पांढऱ्याफटक पडलेल्या चेहऱ्याकडे मी पाहिले. त्याचे डोळे कसल्यातरी कल्पनेने लकाकत होते.

ते पाहून मला काहीतरी शंका आली. मी त्याला म्हणालो, "फेलिक्स, पण तू अजून मला सगळं काही सांगितलं नाहीस."

"होय लेफ्टनंट, मी सगळं अजून सांगितलं नाही. माझ्या या गोष्टीचा उत्तरार्ध अजून सांगायचा राहिला आहे. त्या विश्वासघातक्याला मी कसं शोधून काढलं आणि त्याच्यावर कसा सूड उगवला, ते अजून सांगायचं आहे; पण लेफ्टनंट, जर्मन स्त्री-हेराच्या विश्वासघाताला कारणीभूत होणाऱ्या माणसाचा जर रशियन प्रदेशात खून केला, तर तो करणारा माणूस इथे शिक्षेस पात्र होईल का?"

"नाही, निश्चित नाही! जर तू त्याचा असा सूड घेतला असशील, तर तू योग्य तेच केलंस असंच मी म्हणेन. तो माणूस त्याच लायकीचा होता!"

फेलिक्सने आपल्या डोळ्यातून वाहणारी आसवे आवरली आणि तो बोलू लागला, "त्या माणसाला हजार जीव असायला पाहिजे होते. म्हणजे तितक्या वेळा मी त्याला मारलं असतं हो! कोर्टमार्शलच्या कारकुनानं मला ही गोष्ट सांगितल्यावर मी त्या म्हाताऱ्या ज्यूशी मनमोकळेपणानं बोलून माझं हृद्गत त्याच्यापाशी व्यक्त केलं. मी त्याला सांगितलं की, जेनिया माझी प्रेयसी होती. त्या माणसानं तिचा का विश्वासघात केला? मी त्या ज्यूशी इतक्या मोकळेपणानं बोललो, याचं कारण ज्यू लोक रशियनांचा अत्यंत द्वेष करतात, हे मला माहीत होतं. तो ज्यू मला म्हणाला, "देवच न्यायाचा पाठीराखा! मी तुझा विश्वासघात करून रशियन लोकांना काही सांगेन, असं मनातही आणू नकोस तू. तसं जर मी करीन, तर माझे डोळे फुटोत आणि माझ्या अंगाला किडे पडोत."

“मग तुम्ही माझ्यावर एक कृपा कराल काय?”

“बाबा, तुझ्यासाठी मी काहीही करीन.” तो ज्यू म्हणाला.

“हा नराधम कोण आहे हे हुडकण्यात मला मदत करा. त्यानं काही तुम्हाला त्रास होणार नाही ना?” मी विचारलं.

“तसं काही विशेष अवघड नाही ते काम.” तो ज्यू म्हणाला, “कारण काल तुम्हाला भेटलेल्या त्या कारकुनाला या विश्वासघातक्याचं नाव बहुतेक माहीत असेल. त्यानं मला सांगितलंही होतं त्याच्यासंबंधी. हा माणूस रशियन लोकांचा गुप्त हेर आहे. इथला एक अधिकारी पोलिश आहे आणि तो माझ्याप्रमाणेच रशियनांचा द्वेष्टा आहे. मी त्याला सगळी हकिकत सरळ सांगू शकेन. त्या बिचाऱ्या मुलीचा तू प्रियकर आहेस हे त्याला समजलं, तर तो खात्रीनं तुला मदत करील. कारण त्या मुलीच्या भवितव्याबद्दल त्याला फारच हळहळ वाटली होती.”

त्या म्हाताऱ्या ज्यूने त्या दिवशी मला फारशी काही माहिती दिली नाही; पण दुसऱ्या दिवशी मी परत त्याच्याकडे गेलो, तेव्हा त्यानं माझ्या कानात एक नाव सांगितलं, “त्याचं नाव बुडसिन्स्की असं आहे. यूगेनो बुडसिन्स्की.” हे नाव ऐकून मी एकदम चमकलो. कारण ज्याचा जेनियानं अव्हेर केला होता आणि ज्यानं त्याबद्दल सुडाची भाषा उच्चारली होती, तोच हा माणूस होता!

“बुडसिन्स्की सध्या इथे मोगीलेफमध्येच आहे.” तो ज्यू पुढे मला म्हणाला, “नदीच्या पलीकडे काठावर असलेल्या एका लहानशा घरात तो राहतो. त्या मुलीला पकडून दिल्याबद्दल त्याला दोनशे रूबल्सचं खास बक्षीस मिळालं आहे. सध्या दारू पिऊन स्वारी पडून असते घरातच. मात्र मागच्या खोलीत हो! अल्कोहोल वापरायला सध्या बंदी आहे ना, म्हणून.”

एवढं ऐकल्यावर माझ्या योजनेतला सर्वांत अवघड आणि धोक्याचा भाग पुढं येऊन ठेपला. त्या नराधमाला पाठीमागून गोळी घालून मारणं, ही गोष्ट फारशी अवघड नव्हती; पण तो मृत्यू फार झटकन आणि सुखाचा झाला असता. मग मी लिडा या गावी गेलो. शाळेपासून माझे मित्र असलेले दोघे जण तिथे होते. माझ्या जेनियाची काय अन् कशी विल्हेवाट लागली, हे जेव्हा मी त्यांना सांगितलं, तेव्हा त्यांनी मला

लागेल ते साहाय्य देण्याचं वचन दिलं. मग त्याच दिवशी आम्ही तिघेही मोगीलेफला परत आलो. त्या घराकडे स्वत: जायचं धाडस करावं, असं मला वाटेना; कारण त्या माणसानं जर मला ओळखलं असतं, तर तो मला थेट वधस्तंभाकडे घेऊन गेला असता. त्यानं मला रस्त्यातही ओळखू नये, म्हणून मी एक युक्ती केली. त्या म्हाताऱ्या ज्यूचा एक मित्र पूर्वी थिएटरमध्ये वेशभूषा सजवणाऱ्याचं काम करायचा. त्यानं मला अशा बेमालूम दाढीमिशा बसवून दिल्या की, एखाद्या हुशार डिटेक्टिव्हलासुद्धा दिवसा-उजेडीही ओळखू येऊ नये.

आम्ही शेवटची निर्णायक सिद्धता केली. रात्र अंधारी होती. पाऊसही पडत होता. रस्त्यावर फारच थोडी वाहतूक होती. नदीचा पूल ओलांडून आम्ही पलीकडच्या बाजूला गेलो. पुलावर दोघे जण पहारेकरी उभे होते; पण त्यांनी आमची चौकशी न करता आम्हाला पुढं जाऊ दिलं. रस्ता बराच लांब होता. त्या माणसाचं घर गावाच्या अगदी टोकाला होते. टोकाला म्हणण्यापेक्षा गावाबाहेर म्हटलं तरी चालेल. कारण त्या घरापासून पुढे अरण्यच सुरू होत होतं.

मागं रस्त्यावर एक रशियन हेर आपण पकडला होता आणि त्याचा गुप्त पास तुम्ही मला दिला होता, आठवतंय ना? कुणाही रशियन पहारेकऱ्याने अडवलंच, तर हा पास दाखवायचा, असं तुम्ही मला सांगितलं होतं. तो पास मी माझ्या एका मित्राजवळ दिला. या पासाच्या आधारावर माझ्या मित्रानं बुडसिन्स्कीला बरोबर जाळ्यात पकडून फसवून बाहेर आणलं. आमची योजना बरोबर पार पडली. बाहेर रानात एका झुडपामागे मी दोर आणि हातगाडी घेऊनच बसलो होतो. बुडसिन्स्की नेहमीप्रमाणंच दारू पिऊन बेहोष झाला होता. खरोखर, आता जेव्हा मी त्या गोष्टीचा विचार करतो, तेव्हा केवढं धोक्याचं काम आपण पत्करलं होतं, हे लक्षात येतं. जर त्या नरपशूला यत्किंचितही संशय आला असता, तर माझ्या दोघाही मित्रांचं जीवित संपुष्टात आलं असतं. खरोखर त्यांनी मृत्यूच्या मगरमिठीत राहून काम केलं. एका पासाच्या चिटोऱ्यावर त्यांनी आपलं सबंध जीवन टांगून ठेवलं होतं. पण... पण सगळं सुरळीत झालं.

त्या दोघांनीही त्या घरात जाऊन, घरमालकाला तो पास दाखवून बुडसिन्स्कीची चौकशी केली. वेडीवाकडी पावलं टाकीत आणि जोराने

श्वासोच्छ्वास करीत पाठीमागच्या एका खोलीतून बुडसिन्स्की बाहेर आला. त्या खोलीतून येणारे बायकांचे हसण्या-खिदळण्याचे आवाजही माझ्या मित्रांना ऐकू येत होते.

माझा मित्र बुडसिन्स्कीकडे गेला आणि आपल्याजवळचा पास त्यानं त्याला दाखवला.

"ठीक आहे, ठीक आहे. बोला, काय काम आहे?" बुडसिन्स्की म्हणाला.

"मी आत्ताच कर्नल एफिमोव्ह यांच्याकडून आलो." माझा मित्र म्हणाला, "आपल्या दोघांनाही उद्या एका कामगिरीवर जायचंय. त्याचा सगळा तपशील मी सांगतो, पण या ठिकाणी मला अधिक बोलता यायचं नाही. पलीकडे बायकांचे आवाज ऐकू येताहेत. इथेही माणसं बसलीच आहेत. जरा बाहेर चला, फार तर पाच मिनिटं. त्यापेक्षा जास्त नाही मी तुमचा वेळ घेणार. आणि माझ्याबरोबरचे हे दुसरे गृहस्थ आपले सहकारीच आहेत!"

"ठीक आहे. मग आपण बाहेर गेलेलंच बरं."

– असं म्हणून बुडसिन्स्की बाहेर पडला. कुठलाही संशय न येता तो माझ्या मित्रामागोमाग आला.

आसपास लांबपर्यंत कुणीही माणूस दिसत नव्हतं. बुडसिन्स्कीच्या तोंडून आरोळी बाहेर यायच्या आधीच माझ्या मित्रानं त्याच्या तोंडात बोळा कोंबला आणि दुसऱ्यानं त्याचे हात पाठीमागे बांधून टाकले. मग आम्ही त्याला डोक्यापासून पायापर्यंत दोरानं बांधून टाकलं आणि हातगाडीवर ठेवलं. हळूहळू सावकाशपणे त्या रानातून आम्ही आमची गाडी अरण्यात आणली. तिथे थांबून आम्ही त्याला उभं केलं.

"मी फेलिक्स वोल्स्की, जेनियाचा प्रियकर. आठवते ना जेनिया? जिला तू फासावर चढवलंस ती!" बोलता-बोलता मी त्याच्या तोंडावर टॉर्चचा प्रकाशझोत टाकला. मृत्यूच्या भीतीनं त्याचा चेहरा भीषण झाला होता.

"बुडसिन्स्की, तू आपणहोऊन बरोबर जाळ्यात सापडलास आणि आता माझ्या ताब्यात आहेस. तू एकदा जेनियाला धमकी दिली होतीस की, जशास तसं असा सूड घेईन मी. तुझी धमकी तू खरी करून दाखवलीस. आता माझ्या पराक्रमाची ही वेळ आहे. जेनियाला पुन्हा

जिवंत करणं, तर काही मला शक्य नाही; पण तिच्यापेक्षाही भीषण मृत्यू मात्र मी तुला अनुभवायला लावणार आहे.''

"लेफ्टनंट,'' फेलिक्स सांगता सांगता थबकून मला उद्देशून म्हणाला, "मी स्वभावानं काही निष्ठुर माणूस नाही; पण माझ्या शत्रूच्या चेहऱ्यावरचे भयानक भीतीचे विकार पाहून त्या वेळी तरी मला आनंद झाला, हे कबूल केले पाहिजे. मी माझ्या मित्रांना उद्देशून मोठ्यांदा आणि स्पष्ट आवाजात म्हणालो, 'माणसाच्या वेशात असलेल्या पशूला कोणती शिक्षा असू शकेल, हे काही मला माहीत नाही. गोळी काय किंवा फासाचा दोर काय! दोन्हीही शिक्षा याच्या बाबतीत दयाळूपणाच्या ठरतील... छे:! छे:! या कुत्र्याला आपण जिवंत पुरून टाकू!' हे शब्द ऐकल्याबरोबर तो दुष्ट खालीच कोसळला आणि तोंडातल्या बोळ्याला न जुमानता आक्रोश करू लागला. आम्ही त्याला तिथेच सोडलं. हातगाडीतून कुदळी काढून त्याचा खड्डा त्याच्याच देखत खणायला सुरुवात केली. खड्डा पूर्ण खणून काढायला अर्धा-एक तास लागला. त्या अर्ध्या तासात मी माझ्या सुडाचा आनंद क्षणाक्षणानं उपभोगला. त्या दुष्टाचं किंचाळणं म्हणजे जणू काही माझ्या दुखावलेल्या मनावरची मलमपट्टी होती. खरोखर आपली जेनिया हे पाहून प्रसन्नच होईल!

अर्धा तास संपला, आम्ही बुडसिन्स्कीला उचललं आणि त्या खड्ड्यात फेकून दिलं. त्यानं इकडेतिकडे हातपाय झाडत सारखा आरडाओरडा चालवला होता. हळूहळू फावड्यानं माती लोटीत आम्ही तो खड्डा पूर्णपणे भरून टाकला. त्यानं गुडघ्यावर उठून बसायची पुष्कळदा धडपड केली; पण आम्ही दर वेळी त्याला फावड्यानं परत खड्ड्यात ढकलून दिले. अखेर सगळं संपलं. आम्ही तो खड्डा मातीनं व्यवस्थित भरून जमिनीबरोबर करून घेतला आणि त्यावर पानं, काटक्या वगैरे पसरून झाकूनही टाकला. मी टॉर्च लावून पुन्हा एकदा बघितलं. काहीही कसलीही खूण दिसत नव्हती...

"लेफ्टनंट, जेनिया जोसिफोव्हना हिच्या मृत्यूचा सूड मी हा असा घेतला!''

– त्यानंतर फेलिक्सला हसताना मी कधीही पाहिले नाही.

◆

म्हातारा आबा गावात सगळ्यांना माहीत होता. लहानशा गावात तसे प्रत्येक माणूस एकमेकाला ओळखतच असतो; पण आबाला लोक एक गरीब, सज्जन वारकरी म्हणून ओळखीत. कुणाच्या अध्यात-मध्यात नसणारा, दर वर्षी नेमाने आषाढी वारीला जाणारा आणि कापऱ्या आवाजात तुकोबाचे अभंग म्हणणारा आबा सगळ्यांना ठाऊक होता. आबाने अगदी लहानपणीच वारकऱ्याची माळ घातली होती. तेव्हापासून तो दर आषाढी वारीला नेमाने पंढरपूरला जात असे. जसे लोकांना आठवत होते, तसा आबा दर वर्षाला वारीला जातच होता. हा त्याचा नेम कधीच चुकला नाही. तशा त्याला अडचणी येत नव्हत्या, असे नाही. कधी फार लवकर पाऊस सुरू होई आणि पेरण्याचे काम हातातोंडाशी येई. दमेकरी बायको जगते का मरते, अशी वेळ येई.

३.
नेम

तरणाबांड पोरगा एखाद्या वेळी उगीचच डोक्यात राख घाली आणि रुसून बसे. दहावीस रुपयांचा प्रश्न, पण कधी तोही बिकट होऊन बसे. नाना अडचणी येत नि यंदा आपल्याला जायला मिळते की नाही, या विचाराने जीव घाबरा होई. त्याच्या डोळ्यातून पाणी गळे. सारखे विठोबाचे पाय दिसत. पंढरीनाथाचे देदीप्यमान शिखर दृष्टीपुढे येई. या सुखाला आपण अंतरणार, या भीतीने त्याच्या डोळ्यांतून पाण्याच्या धारा लागत. ज्येष्ठ महिना उलटला, की त्याच्या जीवाची उलघाल सुरू होई; पण या सगळ्या अडचणी कशा ना कशा तरी दूर होत. नानापरीने खटपट करून तो त्या बाजूला सारी आणि पालख्यांबरोबर पंढरीच्या वाटेला निघे. एका हातात पताका, खांद्यावर पडशी अशा वेशात म्हातारा दिंडीबरोबर निघे. पंढरपूरचे शिखर पुन्हा डोळ्यांना दिसले, म्हणजे त्याचा गळा दाटून येई. डोळ्यांतले पाणी पुशीत पुशीत तो हात जोडी आणि म्हणे,

“पांडुरंगा, या येळेला तरी तुझी गाठभेट झाली. आता तुझ्या मनात आसलं, तर पुन्हा भेटवशील.”

परत आला, म्हणजे आबा पंढरपूरच्या गोष्टी लोकांना सांगे. सगळ्यांना प्रसाद देई. भजनासाठी जमलेल्या लोकांना म्हणे, “जन्माला यावं अन् पंढरपूर बगावं, इठोबाचं दर्शन घ्यावं. कितींदा गेलो तरी मला आजून जाऊसंच वाटतंय.”

भजनासाठी आबाच्या घरी गोळा झालेल्या मंडळींपैकी कुणी फारसं पंढरपूरला गेलेलं नसे. लोक नुसती मान हलवीत. म्हणत, “खरं हाये आबा, खरं हाये. एकवार जायाला पाहिजे पंढरपूरला.”

“मी गड्या अजून चुकवली न्हाई खेप,” आबा अभिमानाने म्हणे, “आज चाळीस-पन्नास वर्सं झाली. नेम म्हंजे नेम.”

“व्हय की.”

“आबाचं काम समदं येगळंच हाये.”

“ते काय! नेम धरला म्हंजे धरला.”

भजन करायला येणाऱ्या या मंडळींत असे उद्‌गार निघत. मग आबाचा चेहरा समाधानाने भरून येई. तो म्हणे, “आरं, हा नेम आहे. मरस्तंवर चुकायचा नाही. मेल्यावर सुदिक माझी हाडं चंद्रभागेतच पडतील. दुसरीकडं कुटं जायची न्हाईत.”

आणि असं बोलताना त्याच्या डोळ्यांतून घळघळा पाणी येई.

माळ्याच्या तुकारामाने नुकतीच माळ घातली होती. आबाच्या भजनात तो मधून-मधून येत होता; पण खरे म्हणजे देवाचे नाव घेण्यापेक्षा घटकाभर वेळ जातो, म्हणूनच तो येत होता. तो मोठ्या चैन्या गडी होता. हे बोलणे नेहमी ऐकून ऐकून आपणही एकदा पंढरपूरला गेले पाहिजे, असे त्याला वाटू लागले. अशीच बोलणी एकदा चालली, तेव्हा त्यालाही इसाळ आला. तो म्हणाला, “आबा, ह्या वर्साला मीबी येनार तुमच्यासंगट पंढरपूर बगायला. लई मज्जा आसती म्हणं.”

आबा आश्चर्याने म्हणाला, “मज्जा? मज्जा कसली?”

“वा! एवढी मोठी लाख पन्नासहजार माणसं जमत्यात. जत्रा भरती. मग काय कमी गंमत आसंल का? नाटक हाये, शिनमा हाये, झालंच तर –”

"ते गड्या काय म्हाईत नाही हा," आबाने गालाला हात लावला व म्हटले, "मी तसल्या भानगडीत नसतो. आंघोळ, देवदर्शन, कीर्तन बास, ह्यापलीकडं मला काय म्हाईत न्हाई."

"आसं कसं हुईल? आता पन्नास वर्सं जाताय म्हणता, काय तरी बगितलं आसलंच की हो."

"छ्या:!"

"जिवंत मग्गर आसती म्हनं?"

"काय मला म्हाईत न्हाई गड्या."

"आन् सहा सहा आन्यांत फोटू काढत्यात. सरकस आसती. आंगाला आंग चिकटलेल्या बहिनी दाखवत्यात म्हनं –"

"सांगितलं ना तुला, मला काय ह्यातलं ठावं न्हाई."

तुकाराम पुढे काही बोलला नाही, पण मनातून त्याला आबाचे बोलणे तितकेसे काही पटले नाही. 'जत्रेला जायचे आणि ह्या गोष्टी पाहायच्या नाहीत, म्हणजे काय? आंघोळ, देवदर्शन, कीर्तन ह्या गोष्टी करायला नको कोण म्हणतो? पण मागाहून जीव रमवला इकडं-तिकडं, तर बिघडतं कुठं? ते काही नाही. यंदा आपणही आबाबरोबर पंढरपूरला जायचे आणि या सगळ्या गोष्टी पाहायच्या. वारीचे पुण्य साधायचे. चार दिवस जिवाची करमणूकही होईल.' म्हणून तो मनाशी घोकीत राहिला. यंदा वारीला जायचे, ही गोष्ट मनात घोळवीत राहिला.

आषाढ आला, तसा तुकाराम आठवण ठेवून आबाकडे आला. म्हणाला, "आबा हाये ना तयारी जायची? का काही आडचन निघाली?"

आबा पोथीची पूजा करीत होता. त्याने सर्वांगावर मुद्रा लावल्या होत्या. गळ्यातील तुळशीची माळ हाताच्या बोटात धरून तो जप करीत होता. तुकारामाचे बोलणे ऐकून तो म्हणाला, "तसं काही नाही गड्या. देवाच्या दयेनं अजून तरी काही आडचन न्हाई. पालख्यांचा मुक्काम झाला की हालूच आपण."

"नक्की?"

"अगदी नक्की, मी चुकायचा न्हाई!"

आबाचा नेम कधी चुकणार नाही, हे तुकारामाला कळत होते; पण तरी विचारायचे म्हणून त्याने विचारले, आबाने खात्री दिली तरी तो

म्हणाला, ''बघा हा आबा, न्हाईतर आयत्या वेळी धर्मसंकट निघंल तुमचं काही तरी. नेहमी सांगताच तुमी आशी अडचन हुती आन् तशी आडचन हुती.''

आबा हसून म्हणाला, ''आन् तरीबी मी जातोच का न्हाई?''

'' जाता की.''

''मग झालं तर.''

''पैशाबिशाचं जुळलं समदं?''

''जुळलं!''

''मग ऱ्हावं मी बिनघोर?''

''अगदी बिनघोर. पालख्या आल्या, की मला हाका मारायलाच ये तू. मग तर झालं?''

आबाने इतकी खात्री दिली, तेव्हा तुकारामाचे समाधान झाले. होय! आबा बरोबर पाहिजेच. नव्या ठिकाणी जायचे, म्हणजे माहीतगार माणूस बरोबर असलेला बरा. शिवाय म्हातारा मोठा गुणी आहे. कुठेना कुठे उपयोगी पडेल. वाटेत काही लागले खुपले, तर काळजी घेईल. पंढरपुरात त्याच्या ओळखी असतील, त्यामुळे बिनबोभाट सोय होईल. कुठे नडणार नाही.

तुकारामाने मनात असा हिशेब केला आणि तो गावात सांगत हिंडू लागला, ''मी बी पंढरपूरला जातोय. देवदर्सन हुईल. जत्राही बघणं हुईल.''

लोक म्हणाले, ''आमच्या आबाचं देवदर्शन हुईल आन् तुझी जत्रा बघणं हुईल. आसंच ना?''

तुकाराम रागावून म्हणाला, ''छ्या: छ्या:! आसं कसं? मीबी माळ घातलेली हाये. देवदर्सन पंढरपुरात जाऊन करायचं न्हाई, म्हंजे मग कमाल झाली! कोनच्या नरकात जावं लागंल मला?''

''तू मर्दा रंगलाल मानूस पयल्यापासून, म्हनून आमाला तसं वाटलं.''

''आता तसं न्हाई हां. माळ एकदा घेतली म्हंजे घेतली.''

''मग हारकत न्हाई.''

— असं म्हणून लोक आपल्या कामाला लागले आणि तुकाराम वाट पाहत राहिला. अगदी अधीरपणानं वाट पाहत राहिला. मनानं तो

केव्हाच पंढरपूरला जाऊन पोहोचला. लोकांनी भरून गेलेले रस्ते त्याला कसे स्वच्छ दिसू लागले. चंद्राकार वळण घेऊन पसरत जाणारी चंद्रभागा, वाळवंटातील कीर्तनाचा फड, जत्रेतील गजबज, सिनेमा, सर्कस... सगळे कल्पनेने त्याच्या डोळ्यापुढे उभे राहिले.

चार-दोन दिवस लोटले.

तुकारामाची पालखी गावात येऊन उतरली. हजारो माणसांनी गाव गजबजून गेले. मोठा भंडारा झाला. जिकडे-तिकडे घटकाभर जत्राच जत्रा झाली. पालखीच्या दर्शनासाठी लोकांची अगदी रीघ लागून राहिली. मुक्काम फक्त रात्रीचा होता. सकाळी पालखी हलायची होती. याच पालखीबरोबर आपली पडशी घेऊन चालू लागायचे. त्या मेळाव्यात सामील व्हायचे आणि रमतगमत पंढरपूरच्या वाटेला लागायचे.

रात्री गडबडीने तुकाराम आबाकडे आला. म्हणाला, "आबा, झाली तयारी?"

आबा खांबाला मान टेकवून शांत मुद्रेने बसला होता. त्याचे तोंड उतरले होते. तो दमल्याभागल्यासारखा दिसत होता. दोन्ही डोळे मिटून तटस्थ बसून राहिला होता. तुकाराम आला, काहीतरी बोलला हे त्याला कळले; पण काय बोलला ते उमजले नाही.

भानावर येऊन तो म्हणाला, "आं? काय म्हणालास?"

तुकारामला आश्चर्य वाटले.

"नाही, तयारी झाली ना समदी? तेवढं इचारायला आलो हुतो."

"तुझी झाली?"

"कवाच, बाडबिस्तरा बांधून तैयार हाय मी."

"बरं केलंस."

"आन् तुमी वो?"

आबा काही बोलला नाही. स्वस्थ बसून राहिला. त्याने पुन्हा डोळे मिटले. तुकारामाच्या पोटात उगीचच खड्डा पडला.

"व्हय? मग आबा, निघायचं ना उद्या."

आबा तरी थोडा वेळ गप्प राहिला. मग विषण्णपणाने हसून म्हणाला, "तुकारामबाबा, माजं न्हाई जुळत ह्या वारीला."

"म्हंजे?"

"म्हंजे काही नाही, यंदा नाही जमत एवढं खरं."

" पण कशापायी?"

आबाने आपला उजवा पाय काढून पुढे धरला. तुकारामाने बघितले. पायाला घोट्यापाशी फडके गुंडाळले होते. फडक्याबाहेर दिसणारी बोटे सुजलेली होती.

"हे काय आबा?"

"कर्म माझं."

"म्हंजे?"

"टाचरू झालं हुतं आधीच. त्यात परवा रानात काच घुसली. पाणी शिरून पू झालाय. लई ठनकतंय. उभं सुदीक राहवत नाही मला. मग कसं येऊ सांग."

तुकाराम काही न बोलता पायाकडे बघत राहिला. आबाच्या ह्या पायानं सगळा घोटाळा केला, हे त्याला समजले. आबाचा वारीचा नेम निदान या खेपेला तरी मोडणार, हेही त्याला समजले. का कुणास ठाऊक, पण त्याला उगीचच बरे वाटले. जेव्हा तेव्हा आपल्या नेमाची कथा सांगतो काय! आत घे म्हणावं. देवानेच तुझी खोड मोडली...

तुकारामच्या मनात उगीचच असे विचार आले, पण वरकरणी तो हळहळत म्हणाला, "आबा, का हे? कधी न होणारी गोष्ट झाली. आता तुमची वारी कशी होणार?"

आबा शांतपणे म्हणाला, "देवाची मर्जी."

"मग आसं का करत नाही?"

"कसं?"

"मोटारीनं न्हाईतर आगीनगाडीनं का निघत नाही?"

"ती खरी वारी नव्हं बाबा. पालखीबरूबर चालत जातो तो खरा वारकरी, तुकाराम."

"हां हां, तेबी खरंच म्हना." तुकारामने मान हालवली.

"पन एखांद्या वक्ताला काय हरकत हाये?"

"त्याला पैसा लागतो गड्या. भाड्याचे पैसे मी कुटनं आनू?"

"चार लोकांकडनं घ्यावं."

"रीन काढून सण करणारा मी न्हवं." आबाच्या बोलण्यात एकाएकी धार आली, "त्यापरीस घरी ऱ्हावं खुशाल. आन् मी म्हणतो आसंल पांडुरंगाच्या मनात, तर तो आजून मला नील."

"व्हय, व्हय."

एवढे बोलून तुकाराम उठला. आबा येत नाही, हे नक्की ठरले. मग उगीच बोलण्याचा घोळ घालण्यात काय अर्थ? त्यापेक्षा घरी जाऊन पडावे. घटकाभर झोप घ्यावी आणि पहाटे निघावे, असा विचार करून तुकाराम उठला. मान हलवून म्हणाला, "बरं, मग मी निगतो."

आबाने काही न बोलता मान हलवली.

"पांडुरंगाला माझा दंडवत घाल. घालशील?"

"बरं."

"आन् येताना देवाचा प्रसाद घेऊन ये."

"बरं. आणीन."

"रामराम."

"रामराम."

तुकाराम तिथून निघाला आणि घरी आला. भल्या पहाटेला तो पालखीच्या मेळाव्यात सामील झाला. 'पुंडलिकवरदा हारी विठ्ठल'च्या घोषात पालखी हलली आणि मग मृदंग घुमू लागला. टाळ खणखणू लागले. हजारोंनी पताका दिसू लागल्या. 'ग्यानबा-तुकाराम'चा जयघोष करीत हा माणसांचा दर्या हलला. भराभर पंढरीच्या वाटेला लागला. खांद्यावर पडशी टाकून, हाताने पताका तोलीत आणि तोंडाने अभंग म्हणत एकजात वारकरी निघाला. टाळमृदंगाच्या कल्लोळात तालावर पावले टाकू लागला.

या प्रचंड कल्लोळाबरोबर तुकारामही निघाला. आठ-दहा दिवस एकसारखा चालत राहिला.

नवमीला दुपारी पालखी वाखरीला पोहोचली, तेव्हा तर जिकडेतिकडे माणसेच माणसे दिसू लागली. संध्याकाळपर्यंत सगळ्या पालख्या मुक्कामाला आल्या, रस्ते वाहत राहिले.

मग तुकाराम ह्या कोलाहालात फार वेळ थांबलाच नाही. जेवणखाण करून आणि घटकाभर टेकून तो पुढे निघाला. चार माणसांच्या सोबतीने पंढरपुरात येऊन पोहोचला. आबाने सांगितलेल्या ओळखीच्या घरचा पत्ता त्याला सापडला नाही. मग सोबतीने आलेल्या चार जणांच्या बिऱ्हाडात त्यानेही आपली पडशी टाकली.

दशमीच्या दिवशी दुपारपासूनच पंढरपूरला उधाण आले, सगळे

गाव वारकऱ्यांनी फुलून गेले. पाहावे तिकडे माणसेच माणसे झाली. भगव्या पताकांचे बन फुलले. टाळ-मृदंगाचा आवाज गगनात पोहोचला. 'वेढा वेढा रे पंढरी, मोर्चे लावा भीमातीरी' अशाच निश्चयाने जणू वारकऱ्यांच्या दिंड्या जिकडे-तिकडे ठाकल्या. नामसंकीर्तनाचा कल्लोळ उडाला. अवघे गगन कोंदून गेले.

वाटेवरची खेचाखेच सहन करीत तुकाराम सबंध गावभर हिंडला. त्याने नदीवर आंघोळीला उसळलेली गर्दी पाहिली. वाळवंटात कीर्तनाचे प्रचंड फड उभे राहिलेले बघितले. नाचणाऱ्या दिंड्या पाहिल्या. वारीतील गजबज बघत तुकाराम दिवसभर हिंडला. भूक लागल्यावर हॉटेलात शिरून त्याने भजी-शेव खाऊन चहा ढोसला. कुठे मृत्यूचा गोल बघितला, तर कुठे चक्रव्यूहात हिंडून चारदोन तास भरकटला. त्याला मोठी मजा वाटली.

एकादशीच्या दिवशी सकाळी उठून त्याने नदीवर आंघोळ केली. कपाळाला गोपीचंदनाचा पट्टा ओढून थोडा फराळ केला. मग देवाच्या दर्शनासाठी तो बारीला येऊन बसला.

आज एकादशी. आज देवदर्शन झाले, की सगळे पोहोचले. वारी सफल झाली. एकदा त्यातून मोकळे व्हावे. मग वारीची शोभा बघत दोन दिवस घालवावे. सिनेमा बघावा, सर्कस बघावी, असा विचार करून तुकाराम बारीला बसला. त्याला वाटले होते की, तास-दीड तासात आपण त्यातून रिकामे होऊ; पण बघतो तो बारीला ही गर्दी उसळली होती. लोक पहाटेपासून बारी लावून बसले होते. तुकाराम तिथे बसून बसून कंटाळला, त्याचे पाय दुखू लागले, तोंड वाळले; पण नाइलाजाने तो बसून राहिला. दर्शन झाल्यावर कुठल्या हॉटेलात फराळ करायचा, याचा बेत मनाशी करीत राहिला.

अशी सबंध सकाळ उलटली.

चांगली टळटळीत दुपार झाली. बारा वाजून गेले. मग कुठे ही बारी हलली. बाहेरच्या बारीतून तुकारामला आत देवळात प्रवेश मिळाला, पण देवळात गेल्यावर तरी काम सोपे होते थोडेच! तिथेही माणसे ठासून भरलीच होती. पुढे जाण्यासाठी जो तो निष्कारण धडपडत होता. पोलीस त्यांना सांभाळता सांभाळता बेजार झाले होते. मध्येच कुणाच्या तरी अंगावर ओरडत होते. हातात हार-माळा घेऊन माळी लोकांचा

आरडाओरडा चालला होता. माणसे मुंगीच्या पावलांनी पुढे सरकत होती. कुजलेल्या निर्माल्याचा उबट वास सगळीकडे पसरला होता आणि तुकाराम उभा राहून राहून घाबरा झाला होता.

हळूहळू सरकत सरकत सोळखांबीत यायला तुकारामला आणखी तास लागला. तो आत आला, तेव्हा घामाने डबडबला होता. अंग भिजले होते. भुकेने जीव कासावीस होत होता. त्यातून एकसारख्या धक्काबुक्कीने तर त्याचा जीव रडकुंडीला आला होता. सोळखांबीच्या बंदिस्त बारीत आल्यावर त्याला जरा हायसे वाटले. आता निदान ढकलाढकली, धक्काबुक्की तरी नाही, या विचाराने हुश् करून त्याने सुस्कारा सोडला. कपाळाचा घाम पुसून इकडेतिकडे दृष्टी फिरवली.

– आणि मग त्याला अवचित एक चमत्कारिक गोष्ट दिसली!

बारीच्या पलीकडे दोन-पाच हातांवर, एका खांबापाशी आबा उभा होता. कुणाशी तरी बोलत होता!

तुकाराम चकितच झाला. थक्क होऊन तो बघत राहिला.

होय, तो आबाच नक्की. लांब नाकाचा, सुरकुतल्या कातडीचा आणि गोऱ्या रंगाचा हा एकशिवडा म्हातारा आबावाचून दुसरा कोण असणार? तो भुवईजवळचा काळा डाग, मानेवर फाटलेला अंगरखा. आबाच हा. संशयच नको.

ते पाहून तुकारामाचा आपल्या डोळ्यांवर विश्वासच बसेना!

त्याने अक्षरशः डोळे चोळले, मिटले, पुन्हा उघडले. पुन्हा एकदा समोर निरखून पाहिले. मग खाली आबाच्या पायाकडे पाहिले. तेथे उजव्या पायाला बांधलेले फडके जेव्हा दिसले, तेव्हा त्याची खात्रीच पटली.

म्हणजे? म्हातारा शेवटी पंढरपुरात आला! पण कसा आला? चार पावले टाकायची ताकद नाही, म्हणणारा आबा इथपर्यंत पोहोचला तरी कसा? आणि हजारो माणसे ताटकळत बाहेर उभी असताना हा आत कसा? याला आत सोडलं कुणी?

डोळे फाडून तुकाराम पाहत राहिला. तटस्थ होऊन पाहत राहिला. मग एकाएकी तो ओरडला, "आबा, ओ आबा!"

पण आबाने त्याची हाक ऐकली, असे दिसले नाही. तो तसाच बोलत उभा राहिलेला दिसला. तुकारामाकडे त्याचे लक्षच गेले नाही.

तुकारामाने आणखी आवाज चढवला. तो मोठ्यांदा ओरडला, "आबा."

पण तेवढ्यात रेटारेटी झाली. तुकाराम एकदम पुढे ढकलला गेला. या वेळी मात्र आबाला हाक ऐकू गेली, अशी त्याची खात्री पटली. कारण बोलता बोलता आबा थबकला. त्याने मागे वळून पाहिले. गोंधळून गेल्यासारखा चेहरा करून इकडेतिकडे पाहिले. मग पुन्हा तो दुसऱ्याशी काहीतरी बोलला. नंतर दोघेही मोकळ्या जागेतून चांदीच्या दरवाजाकडे गेले. दर्शन घेण्यासाठी आत गाभाऱ्याकडे गेले. आतल्या गर्दीत मिसळले.

पुढे जाता जाता तुकारामाला हे सगळे दिसले. त्याने पुन्हा मोठ्यांदा हाक मारली.

"आबा, अहो आबा."

पण आबा त्या आधीच आत दिसेनासा झाला होता. तुकारामाने वरचेवर हाका मारूनही काही उपयोग झाला नाही. जवळपासचे लोक मात्र त्याच्या या निष्कारण आरडाओरड्याने त्रासले. त्याच्यावर खेकसले.

"ऐ, का लेका वरडायला लागलायंस?"

तुकाराम म्हणाला, "का म्हंजी? आमच्या गावचा म्हातारा आत गेलाय न्हवं? त्येला बोलवीत हुतो."

"आता एवडा काय खोळंबा झालाय? भायेर काय गाठ-भेट हुणार नाही व्हय?" दुसरा म्हणाला.

"बघा म्हंजी झालं."

"समदी मानसं हितं देवाचं नाव घेत्याती आन तूच मर्दा का 'आबा आबा ' करून धोसरा काढतुयास?"

"तर काय!"

जवळपासच्या लोकांनी अशी टर उडवली, तेव्हा तुकाराम काही बोलला नाही. आबा गेला त्या दिशेने तो निमूटपणाने बघत राहिला. आता म्हातारा बाहेर येईल, इथूनच बाहेर पडेल. आपण पुन्हा त्याला हाक मारू. अगदी मोठ्यांदा हाका मारू. न सांगतासवरता तू कसा इथे आलास, म्हणून चौकशी करू. असा विचार करीत तुकाराम वाट पाहत राहिला. ध्यान देऊन जाणाऱ्या-येणाऱ्या माणसाकडे पाहू लागला.

असा थोडा वेळ गेला.

मग गर्दीतल्या धक्काबुक्कीतून आबा बाहेर येत असलेला एकाएकी दिसला.

या वेळी आबाच्या कपाळाला बुक्का होता. हातात तुळशीची माळ होती. नारळ होता. अगदी देवाच्या पायाचा प्रसाद घेऊन तो बाहेर आलेला दिसत होता. आपल्याच नादात तो भराभरा गर्दीतून पुढे सरकत होता.

मग मात्र तुकारामाला राहवले नाही. तो ओरडला, "आबा, आबा... थांबा आशीक..." पण तरीही आबाचे त्याच्याकडे लक्ष गेले नाही.

तुकाराम पुन्हा ओरडून हाक मारणार होता, पण तेवढ्यात गाभाऱ्यातील गर्दी बाहेर आली. आत जाणाऱ्यांची एकाएकी रेटारेटी सुरू झाली आणि मागचे लोक चांदीच्या दरवाजातून एकदम पुढे घुसले. सगळीकडे घुसाघुसी झाली. शिपाई भराभर माणसे ओढून काढू लागले. बडव्यांच्या पट्टेवाल्यांनी गर्दीत सटासट तोबरे ओढले. सगळीकडे गोंधळ आणि कल्लोळ उडाला. या गोंधळात तुकाराम एकदम पुढे रेटला गेला. चांदीच्या दरवाजाच्या आतच ढकलला गेला आणि या गर्दी-गडबडीत, आबा कुठल्याकुठे मिसळून दिसेनासा झाला, हे त्याला कळलेही नाही.

वारी संपवून, प्रवास आटोपून तुकाराम परत गावात शिरला, तेव्हा संध्याकाळ होऊन गेली होती. अंधार चांगलाच पडला होता. रानातून परत आलेली माणसे हाशहुश करीत निवांत बसली होती. चार इकडच्या-तिकडच्या गोष्टी होत होत्या. मध्येच कुत्री भुंकत होती आणि पुन्हा गप्प होत होती. हळूहळू सगळेच शांत होत होते.

मान खाली घालून, नादात तुकाराम गावात येऊन पोहोचला. आल्याबरोबर तो घरी गेलाच नाही. सरळ आबाच्या घराकडे आला. बाहेर अंगणात उभा राहून त्याने रागीट सुरात हाक मारली, "आबा -"

आतला दिवा हलला, उजेड बाहेर आला. हातात चिमणी घेऊन, किंचित लंगडतच आबा बाहेर आला. तुकारामने आबाला पाहिले आणि त्याचे डोके एकाएकी तडकले. तो पुन्हा ओरडला, "आबा -"

"कोण? तुकाराम?"

– असे म्हणून आबाने चिमणी घाईघाईने जोत्यावर ठेवली. लंगडत लंगडत तो खाली आला. तुकारामाला घट्ट मिठी मारली. त्याच्या

पायावर डोके ठेवले.

"तुकाराम, कवा आलास बाबा पंढरपुरासनं?"

रागाने फणफणत तुकाराम बोलला, "हा आत्ताच. आजून घरीसुदिक गेलो न्हाई."

"आसाच्या आसा मला आढळायला आलास?"

"व्हय."

"हात येड्या. आरं, प्रसाद काय उद्या सकाळच्याला आणून दिला असता तरी चालला असता. एवडी काय गडबड?"

तुकाराम क्षणभर काही बोललाच नाही. त्याने आबाकडे नीट न्याहळून पाहिले. मग एकाएकी त्याची कानशिले तापली. तो ओरडून म्हणाला, "काय आबा, सोंग करताय?"

आबा गोंधळला. कावराबावरा होऊन त्याच्याकडे पाहत राहिला.

"सोंग?"

"हा, सोंगच नव्हं तर काय?"

"ते कसं बाबा?"

"स्वत: पंढरपूरला जाऊनच्या जाऊन मलाच तुमी पुन्हा प्रसाद मागता व्हय? भले!"

आबा आश्चर्याने थक्क झाला.

"मी आन् पंढरपूरला?"

"हां हां. तुमीच."

"तुला कुणी सांगितलं मी पंढरपूरला गेलो होतो म्हणून?"

"कुणी सांगायला कशाला पायजे! म्या सोता तुम्हाला देवळात बघितलं की, अगदी डोळ्यांनी."

"मला बघितलं? देवळात?" आबा गोंधळला.

"हॅट! तुला काहीतरी भ्रम झाला गड्या."

"भ्रम?" तुकारामाने मान हलविली. "भ्रम नव्हं. मी पक्क बघितलं. खात्रीशीर बघितलं. एकदा नव्हं, दोनदा बघितलं."

– असे म्हणून तुकारामाने खणखणीत आवाजात सगळी कथा आबाला सांगितली. आबा देवळात कसा दिसला, आपण त्याला किती हाका मारूनसुद्धा त्याचे आपल्याकडे कसे लक्ष गेले नाही, सगळे लोक दाटीवाटीने बारीला उभे असतानासुद्धा तो ऐटीत देवदर्शनाला कसा

गेला आणि हार-नारळ घेऊन कसा बाहेर आला... सगळा तपशील तुकारामाने सांगितला. अगदी इत्थंभूत सांगितला. शेवटी तो पुन्हा चिडला. रागारागानं म्हणाला, "येणार न्हाई, चालवत न्हाई म्हणून मला सांगितलं, आन गुपचूप तिथे आलात. का बरं, माझ्यासंगती यायला नगं वाटलं व्हय तुमाला? आन येऊनच्या येऊन मला तिथे भेटलासुदिक न्हाई."

आबा गोंधळून गेला होता. त्याचा चेहरा पांढराफटक पडला होता. हात उगीचच हवेत थरथरत होते. दम घेऊन अडखळत तो म्हणाला, "मी लबाड बोलत न्हाई, तुकाराम. खरंच मी पंढपूरला गेलो न्हाई. हितंच हुतो. कुणालाबी इचार."

"मला न्हाई खरं वाटत."

मग इतका वेळ दोघांचे बोलणे कुतूहलाने ऐकत उभा असलेला आबाचा तरणा पोरगा पुढे आला. म्हणाला, "तुका, देवाशपथ खरं. म्हातारा कुठंच गेला न्हाई. मी सांगतो की तुला. आरं, चालायला नव्हतं येत आठ रोज, आन् तो कुठं जाईल?"

तुकाराम थिजलाच. जागीच तटस्थ होऊन उभा राहिला. त्याला काही कळेना. मनाशीच बोलल्यासारखं तो बोलला, "म-मग मला दिसलं ते कोण?"

"बाबा, तुज्या डोळ्यांनं तुला चकवलं. दुसरं काय?"

तुकारामाने मान हलवली.

"न्हाई, मी चकलो न्हाई. मी देवळात तुमालाच बगितलं. त्यात चुकभूल झालेली न्हाई."

मग आबाकडे वळून तो म्हणाला, "आबा, देवाची शपथ. मी तुमालाच पाह्यलं. तुमच्या पायाला फडकं होतं, ते सुदिक मला दिसलं. आता आणखी खूण तुमाला काय सांगू?"

हे ऐकल्यावर आबाच्या पायातले बळच गेले. त्याचे हातपाय लटपटले. सबंध अंगातून मुंग्या आल्या. तो मटकन खाली बसला. कापऱ्या आवाजात म्हणाला, "देवा, आरे माझी इतकी लायकी न्हाई, लायकी न्हाई!"

आणि त्याच्या डोळ्यांतून पाण्याची धारच लागली.

◆

४.
शिवाजी महाराजांची पत्रकारांबरोबर बातचीत

तुम्हाला ही गोष्ट अद्भुत वाटेल. कदाचित पूर्ण खोटीही वाटेल. तुम्ही म्हणाल, काहीतरी काय सांगताय? पण गोष्ट अगदी खरी आहे. प्रत्यक्ष घडलेली आहे. अगदी नुकतीच म्हणजे गेल्याच वर्षी घडलेली. तुम्हाला माहीतच आहे, हल्ली शिवाजी महाराजांच्या नावाचा महिमा जसा वाढला आहे, तसे 'रायगड' किल्ल्याचे माहात्म्यही फार वाढले आहे. एक पावसाळा सोडला, तर रायगडावर जाणाऱ्या भक्तांची गर्दीही दिवसेंदिवस भलतीच फुगत चालली आहे. शिवनेरी गडावर शिवजयंती साजरी होते, तशी रायगडावर जयंतीप्रमाणेच शिवपुण्यतिथीही साजरी होते. हजारो लोकांची गर्दी होते. सिंहासनापासून महाराजांच्या समाधिस्थानापर्यंत शिवप्रतिमेची मिरवणूक निघते. मोठेमोठे मंत्री येतात आणि शिवचरित्रावर व्याख्याने ठोकून परत जातात. आता तर रायगडावर जाण्यासाठी एक 'रोप-वे' नावाचा नवीन मार्ग सुरू करण्याची मागणी होऊ लागली आहे. ती मान्य झाली, तर मग काय मजाच मजा! विजेवर चालणाऱ्या या पाळण्यात बसून लोक मजेने वर जातील, दिवसभर चैन करीत हिंडतील. उत्तमपैकी मद्य पितील, हॉटेलातील चांगले चमचमीत अन्न खातील, बराचसा धांगडधिंगा घालतील आणि पुन्हा त्याच पाळण्याने खाली उतरतील. तरुण जोडप्यांचे ते मधुचंद्राचे एक नवे ठिकाण होईल. आंबटशौकीन लोकांची उत्तम सोय होईल. सारांश, रायगडाची कीर्ती शुक्ल पक्षातील चंद्रकलेप्रमाणे दिवसेंदिवस वाढतच जाईल.

अशा या रायगडावर सध्या भक्तमंडळी अवघड चढण चढून शिवाजीमहाराजांच्या समाधीचे दर्शन घेण्यासाठी जातात, पण कधीकधी इतर मंडळीही या रायगडाची सहल काढतात. त्यांनी शिवाजीचे नाव इतिहासाच्या पुस्तकात वाचलेले असते. गड किंवा किल्ला नावाचा

शिवाजी महाराजांची पत्रकारांबरोबर बातचीत । ५१

प्रकार काय असतो, हे त्यांनाही पाहायचे असते. एकदा पुण्या-मुंबईतील पत्रकारांच्या सहज मनात आले की, आपणपण या रायगडाची सहल काढावी. पत्रकारच ते. त्यांच्या मनात आल्यावर ती गोष्ट कृतीत यायला कितीसा उशीर? त्यांनी शासनाकडे तशी सूचना केली. पत्रकारांची सहल म्हटल्यावर शासनाची संमती मिळायला किती वेळ? शासनाच्या पर्यटन विभागाच्या वतीने एक विशेष आरामगाडीच निघाली. शासनाची सहल म्हटल्यावर काही जिल्ह्यातले पत्रकारही त्यात सामील झाले. इतर स्तंभलेखन करणारी मंडळीही त्यात घुसली. 'शोध-पत्रकारिता' करणारे काही धाडसी नवपत्रकारही या यात्रेला येऊन मिळाले. चुकून एखादी 'कव्हरपेज-स्टोरी' मिळाली, तर बरेच झाले, असे काहींच्या मनात असावे.

रायगडाच्या पायथ्याशी खूबलढा बुरुजापर्यंत सर्व काही ठीक होते; पण प्रत्यक्ष गड चढण्याचा प्रसंग आला, तेव्हा मात्र अनेकांचे धाबे दणाणले. गडाची चढणही इतकी मोठी असते आणि ती चढायला काही तास लागतात, हे कळताच अनेकांची छातीच दडपली. वरपर्यंत आपण सुखरूप पोहोचतो की नाही, अशीच शंका काहींना वाटू लागली; तर आपण आलो हेच चुकले, अशीही बऱ्याच मंडळींच्या मनात पाल चुकचुकली.

पण बरेच जण एकमेकांच्या उखाळ्यापाखाळ्या काढण्याच्या नादात वरपर्यंत एकदाचे कसेबसे पोहोचले. ज्यांनी अगदीच हातपाय गाळले, ते डोलीत बसून वर गेले. किल्ल्याची वाट अरुंद. एखाद्-दुसरा मनुष्यच एका वेळेस वर जाईल अशी. मध्येमध्ये पायऱ्यांची बिकट चढण. मग पूर्वी घोड्यावर बसून ही मराठा मंडळी कशी काय गड चढत असावीत, ही शंका तर अनेकांना आलीच. एका इंग्रजी पत्रकाराने तर आपल्या मनात डाचणारा प्रश्न बोलूनच दाखवला.

"गडावर पूर्वी हत्तीपण होते म्हणतात. राज्याभिषेकाच्या वेळी शिवाजीची हत्तीवरून मिरवणूक काढली होती म्हणतात. खरं आहे?"

"अगदी खरं आहे!" एक मराठी पत्रकार म्हणाला. शाळेत आणि महाविद्यालयात असताना त्याने थोडासा इतिहासपण वाचला होता. "गडावर हत्ती होते. राज्याभिषेकानंतर महाराजांची हत्तीवरून मिरवणूक निघाली होती, असं मी वाचलेलं आहे."

"वंडरफुल! पण हत्ती या गडावर कसे नेले असतील?"

"घोडे वर जात होते ना? मग झालं तर! हत्तीही घोड्यावर घालूनच वर पोहोचवले असणार!"

ह्या मराठा लोकांचे सगळेच विलक्षण आणि चमत्कारिक, हे कुणाचे तरी विधान इंग्रजी पत्रकाराला पुन्हा एकदा पटले. त्याचे समाधान झाले.

अखेर सर्व विद्वान मंडळी उठतबसत का होईना, पण गडावर पोहोचली एकदाची!

दिवसभर गड हिंडून पाहिला. महाराजांचा भग्न राजवाडा आणि त्यांची राजसभा त्यांनी बारकाईने पाहिली. नगारखान्याजवळ होळीचा माळ म्हणून पटांगण आहे, तेथे बसविलेल्या महाराजांच्या बैठ्या पुतळ्याचे त्यांनी सूक्ष्म निरीक्षण केले. गंगासागर तलाव पाहून त्यांनी समाधान व्यक्त केले. गडावर पाणी पिण्याचीही सोय आहे, हे पाहून अनेकांना आश्चर्य वाटले. कधीकधी मुंबईतील चाळीत ज्याप्रमाणे पाणी खालच्या मजल्यावरून वरच्या मजल्यावर आणावे लागते, तसेच पिण्याचे पाणी खालून रोज गडावर आणीत असतील, अशी अनेकांची कल्पना होती. किल्ल्यावर पाणीदेखील वरच असते, ही माहिती अनेकांना नवीन वाटली. महाराजांच्या सिंहासनाची जागा पाहून काही पत्रकारांना जुना वैभवशाली इतिहासपण आठवला आणि त्यांच्या डोळ्यांतून पाणी वगैरे आले. हिरकणी बुरूज, टकमक टोक ही महत्त्वाची ठिकाणे तर त्यांनी खालून वर येतानाच पाहिली होती. अपराधी मंडळींना याच टकमक टोकावरून कडेलोट करून मृत्युदंडाची शिक्षा देत असत, हे ऐकून काही पत्रकारांच्या छातीत आधीच धस्सं झाले होते. आपण अर्ध्या वाटेतूनच परत फिरावे की काय, असाही एक धाडसी विचार काही जिल्हा-पत्रकारांच्या मनात चमकून गेला होता. ते टकमक टोकाकडे फिरकलेच नाहीत. बाजारपेठेतून चालत चालत जात त्यांनी जगदीश्वराच्या मंदिराला भेट दिली आणि पुढेच असलेल्या महाराजांच्या समाधीचेही दर्शन घेतले. मग ते परत फिरले. एकूण सहल छान झाली.

रात्री भोजन, विश्रांती, गप्पागोष्टी हे सर्वांत महत्त्वाचे कार्यक्रम पार पडले. काही मंडळींनी गुपचूप भोजनापूर्वीचाही कार्यक्रम उरकून घेतला.

त्यामुळे गप्पागोष्टींना भलताच रंग चढला. देशाची सध्याची दुर्दशा, राजकारणाचा चुथडा, बोफोर्स प्रकरण, भ्रष्टाचार हे गप्पांचे विषय असल्यावर गप्पा रंगणार नाही, तर काय होणार?

तेवढ्यात एका मराठी पत्रकाराने एक कल्पना काढली.

"बाहेर छान चांदणं पडलं आहे, टिपूर का काय म्हणतात ते. आपण चांदण्यात जरा गडावर फेरफटका मारायचा का?" त्याने सूचना केली. "महाराजांच्या समाधीपर्यंत जाऊन परत येऊ."

चांदणे खरोखरीच सुरेख पडले होते. सर्वच पांढराशुभ्र चांदीचा उजेड दिसत होता. गडाचा प्रत्येक दगड न् दगड या चांदीच्या प्रकाशाने उजळून निघाला होता. दमलेल्या काही मंडळींनी विरोध केला पण आठदहा पत्रकार तरणेबांड होते. त्यांना अजून उत्साह होता. ते ताबडतोब कपडे करून या चांदण्यातील सहलीला निघाले. गंगासागराकडील पालखी दरवाजाने आत न जाता शिर्काईच्या घरट्याकडून ते पुन्हा होळीच्या माळाकडे आले. नगारखान्याजवळ सिंहासनावर बसलेली महाराजांची मूर्ती त्या रुपेरी प्रकाशात चमचमत होती. महाराजांची मूर्ती क्षणभर पाहून मंडळी नगारखान्याकडे आली. समोरच बाजारपेठेचे अवशेष. समाधीकडे जाण्याचा राजमार्ग. कुणीतरी तेवढ्यात नगारखान्याच्या महाद्वारातून सहज डोकावून पाहिले. तो एकदम आश्चर्यचकित झाला.

ती राजसभा अगदी नि:स्तब्ध होती. सर्वत्र शुभ्र चांदणे पडले होते. अगदी समोरच महाराजांच्या सिंहासनाचा चौथरा दिसत होता. आणि ...

...आणि त्या सिंहासनावर कुणीतरी शांतपणे बसलेले होते.

सिंहासनाच्या चौथऱ्यावर आणि या वेळी? हा कोण मनुष्य बसला असावा?

त्याने इतर पत्रकारांना लांबूनच ते विचित्र दृश्य हात पसरून दाखवले. सर्वच मंडळी चकित झाली. अनेकांच्या मनात कुतूहल निर्माण झाले.

"आत जाऊन बघू या का हा कोण विचित्र माणूस आहे ते?" एकाने हळूच प्रस्ताव मांडला.

सर्वांच्या मनात हाच विचार आला होता. एकमेकांकडे पाहून प्रत्येकाने होकारार्थी मान हलवली. काही संभाषण न होताच ठरले

आणि सर्व घोळका राजसभेतून सिंहासनाच्या दिशेने लगबगीने भराभरा चालत गेला.

सिंहासनाचा चौथरा जसजसा जवळ आला, तसतशी ती व्यक्ती पत्रकार मंडळींना स्पष्ट दिसू लागली. त्या व्यक्तीच्या अंगावर राजघराण्यातल्या व्यक्तीच्या अंगावर असतात तसे मौल्यवान कपडे होते. पायात जरतारी चोळणा आणि खाली चढाव होते. गळ्यात अनेक मौल्यवान रत्ने असलेला हार रुळत होता. कमरेची तलवार म्यानात विसावा घेत होती आणि मुख्य म्हणजे मस्तकावर झगमगणारा टोप होता. त्या टोपाच्या कडेला मौल्यवान, सुढाळ ढाळाचे मोती गुंफलेल्या झिरमिळ्या होत्या. चांदण्यात त्या मोत्यांची शोभा अपूर्व दिसत होती. अरे, ही व्यक्ती तर हुबेहूब 'शिवाजी शिवाजी' म्हणतात त्यांच्यासारखीच दिसते. काही शहरी पत्रकारांच्या पोटात एकदम धस्स झाले! भूत-पिशाच्च योनीतील तर हा कुणी नसेल ना? तसे असेल, तर 'कव्हर-पेज स्टोरी' द्यायला आपण शिल्लक राहू की नाही?

काही चतुर मंडळींनी ताबडतोब ओळखले, हे शिवाजीमहाराज आहेत. बाहेर नुकताच पुतळा पाहिला. अगदी तसेच हे गृहस्थ हुबेहूब आहेत. अगदी नक्की हे शिवाजीराजेच! शंकाच नको. हा काय अद्भुत प्रकार आहे? का एखाद्या चावट माणसाने आपली चेष्टा करण्याकरता छत्रपतींचा हा पोशाख करून या ठिकाणी बैठक मारली आहे?

काही कळेना. मंडळी पुरुषभर उंचीच्या त्या चौथऱ्याखालीच गर्दी करून उभी राहिली. वर चढून जाण्याचे धाडस एकालाही झाले नाही.

महाराजांनी सस्मित मुद्रेने सर्वांकडे पाहिले. मग ते मधुर स्वरात म्हणाले, "तुम्ही सर्व पत्रकार लोक आहात ना? मी ओळखले तुम्हाला."

महाराजांप्रमाणे त्यांचा गुप्तहेरप्रमुख बहिर्जी नाईकही अजून गडावर आहे की काय, अशी शंका काही मराठी पत्रकारांना आली. एकाने भालजी पेंढारकरांचे अनेक चित्रपट पाहिले होते. त्याने झटदिशी मुजरा ठोकून विचारले, "आपण थोरले आबासाहेबच ना? नाही म्हणजे अजून नीट ओळखलं नाही, म्हणून विचारलं –"

महाराजांनी पुन्हा एकदा हास्य केले. मान हलवली. मग ते गंभीरपणे म्हणाले, "बरं झालं भेटलात. बोला, काय म्हणणं आहे?"

त्याबरोबर दुसऱ्या एका पत्रकाराला स्फुरण चढले. तो म्हणाला, "होय महाराज, आम्ही पत्रकार लोकच आहोत. शासनानं आमची फुकट सोय केली, म्हणून गड पाहायला आम्ही आलो होतो. बरं झालं, आपली प्रत्यक्ष भेट झाली. आनंद झाला. 'पत्रकारांशी बातचीत' नावाचा एक प्रकार आमच्यात असतो. आम्ही काही प्रश्न विचारले, तर चालेल काय?"

"विचारा ना! अगदी मोकळेपणाने विचारा. मीपण तुम्हाला काही प्रश्न विचारणार आहे. बोला."

एका बड्या इंग्रजी पत्राच्या प्रतिनिधीने खिशातून एक गलेलठ्ठ चिरुट बाहेर काढला आणि ऐटीत पहिलाच प्रश्न केला, "मिस्टर शिवाजी, आपल्या परवानगीनं मी सिगार ओढू शकतो काय?"

"ही राजसभा आहे –" महाराज एकदम कडाडले. त्यांनी इतक्या तीव्र दृष्टीने त्या पत्रकाराकडे पाहिले, की त्याची गाळणच उडाली. त्याची पँट थरथरू लागली. हातात घेतलेला चिरूट त्याच्या हातातून गळूनच खाली पडला. तो एका लंगोटी पत्राच्या मराठी पत्रकाराने तत्परतेने उचलला आणि कुणाचे लक्ष नाही, हे पाहून सफाईने आपल्या धुवट पायजम्याच्या खिशात टाकून दिला.

"महाराज, बरं झालं प्रत्यक्ष भेट झाली. आपल्यासंबंधी बऱ्याच गोष्टी अजून समजलेल्या नाहीत. आपला जन्म नक्की केव्हा झाला. १६२७ साली का १६३० साली?" दुसऱ्या एका पत्रकाराने धीटपणे पुढे होऊन प्रश्न केला.

महाराजांची मुद्रा उद्विग्न झाली. ते थोडा वेळ थांबले.

"नशीब, माझा जन्म झाला, ही गोष्ट तरी तुम्हाला मान्य आहे. नाही त्या लहानशा गोष्टीचे एवढे कुतूहल तुम्हाला कशाला पाहिजे? जन्मानंतर आयुष्यात मी पुढं काय केलं ते महत्त्वाचं आहे. त्याबद्दल बोललात, तर जरा बरं वाटेल मला."

हे सद्गृहस्थ आपल्याला बरे वाटावे असे गोडगोड बोलत नाहीत, उलट सडेतोडपणे आपल्यालाच ताड्कन सुनावत आहेत, हे सर्वांच्या लक्षात आले. पुढाऱ्यांचा हा अनुभव त्यांना नवीनच होता. पुढारी म्हणजे सर्वांना खूश करणारा, सर्वांशी गोडगोड भाषेत नम्रपणे बोलणारा इसम, अशीच सर्वांची कल्पना होती. त्यामुळे सर्व मंडळी तशी बिचकलीच.

आता या नेत्याने आपल्यालाच काही सडेतोड प्रश्न विचारले, तर उत्तर काय द्यावे, या विचाराने अनेक मंडळी लटपटली. शेवटी एका पत्रकाराने सगळे अवसान एकवटून प्रश्न केला, "एका गोष्टीचं फार आश्चर्य वाटतं महाराज आम्हाला.''

"कसल्या गोष्टीचं?''

"आपण अष्टप्रधान मंडळ नेमलं होतं म्हणतात. मोरोपंत पिंगळे हे पूर्वीही प्रमुख होते. पण नंतर ते पंतप्रधान झाले –''

"बरोबर आहे. मग म्हणणं काय?''

"नाही, शेवटपर्यंत तेच पंतप्रधान होते. मंत्रीही कुणी तुम्ही बदलले, असं इतिहासात नाही. हल्ली आपल्या देशात लोकशाही असल्यामुळं वारंवार पंतप्रधान बदलतात आणि पंतप्रधान नवनवे मंत्री मंत्रिमंडळात आणतात. आपल्या राज्यात तेव्हा लोकशाही नव्हती का?''

महाराज तीव्र स्वरात म्हणाले, "लोकशाहीचा अर्थ तुम्हाला समजतो का? लोकशाही म्हणजे लोकांच्या इच्छेनं चालणारं राज्य. लोकांना जे पाहिजे ते देणारं राज्य. लोकांना आपली संस्कृती, देवळं, धर्म सुरक्षित राहावा, असं वाटत होतं. त्यांना दुष्टांपासून संरक्षण पाहिजे होतं. लेकी-सुना यांना निर्भयता पाहिजे होती. त्यांना शेतं पिकावी आणि भरपूर धान्य घरी यावं, असं वाटत होतं. हे सगळं आम्ही त्यांना दिलं. मग ही लोकशाही नव्हे तर काय?''

सर्व जण गप्प बसले. लोकशाही या शब्दाचा असाही एक अर्थ असतो, हे इंग्रजी पत्रकारालादेखील मनातून पटले.

महाराज पुढं म्हणाले, "माणसं जवळ केली आम्ही ती पारखूनच जवळ केली. मंत्री नेमले ते सर्व शहाणे लोक होते. आपापल्या खात्यांची त्यांना उत्तम माहिती होती. मग त्यांना काढून टाकून दुसरं नेमण्याचं काय कारण?''

"पण सध्या अशी पद्धत नाही, महाराज –'' एक पत्रकार भीत भीत म्हणाला, "शक्यतो मंत्री नावाच्या माणसाला फारसं ज्ञान नसावं, असा आमच्याकडे नियम आहे. निदान आपल्या खात्याची तरी त्याला कसलीच माहिती असू नये, असा दंडकच आहे.''

"त्याचं कारण काय?''

"कारण, त्याला माहिती असली, म्हणजे तो सरकारी अधिकाऱ्यांना

दम भरतो. त्यांच्या बिनबोभाट चाललेल्या कामात विनाकारण अडथळे आणतो. फार गडबड करतोही. म्हणून सरकारी कारभार व्यवस्थित चालावा, यासाठी मंत्री नावाच्या माणसाला काहीही येता कामा नये, असं सध्या मत आहे. सध्याचा अधिकारावर असलेला पक्ष या बाबतीत पूर्णपणे या ठाम मताचा आहे.''

''आलं लक्षात –'' महाराज एकदम गप्प झाले.

आता इंग्रजी पत्रकाराचीही भीड चेपली होती. तो पुढं सरसावून म्हणाला, ''मिस्टर महाराज, क्षमा करा. म्हणजे काय की, एक्सक्यूज मी, पण एक माझं मत स्पष्टपणे तुम्हाला सांगतो. तुम्ही तोरणा किल्ला जिंकला, त्या वेळी म्हणे किल्ल्याचं रिनोव्हेशन करताना तुम्हाला एक मोहोरांचा हंडा सापडला –''

''होय, खरं आहे ते.''

''पण तुम्ही तो राजगड का काय म्हणतात त्या किल्ल्याची दुरुस्ती करण्यासाठी तो पैसा खर्च केलात म्हणे. खरं आहे? तुम्ही सुरत लुटली, जुन्नर लुटलं, या सगळ्या पैशांचं तुम्ही काय केलंत?''

''तो पैसा स्वराज्याच्या कामासाठी खर्च केला.''

''हे तुमचं वर्तन आम्हाला फार विचित्र वाटतं. खरं म्हणजे कुणाही शहाण्या माणसाला तुमचं हे वागणं आज आवडणार नाही.''

महाराजांनी शक्य तेवढा शांतपणा ठेवून प्रश्न केला, ''मग आम्ही काय करायला पाहिजे होतं, असं तुमचं म्हणणं आहे?''

''तुमच्या वेळी स्विस बँका नव्हत्या काय? असणारच. हा सगळा पैसा तुम्ही गुपचूप दुसऱ्या एखाद्या नावाने त्या बँकेत ठेवला असता, तर चांगलं झालं नसतं? तुमच्याच पोराबाळांना पिढ्यान्‌पिढ्या तो पैसा उपयोगी पडला असता. हल्ली देशात सगळीकडं हेच धोरण आहे. देशातल्या बहुतेक महापुरुषांनी आपल्या पोराबाळांची उत्तम सोय करून ठेवली आहे. काही काही मंत्र्यांनी तर स्वत:ची आणि पुढच्या दहा पिढ्यांची सोय करून ठेवली आहे. काही काही मंत्र्यांनी तर स्वत:ची वैयक्तिक 'प्रतिष्ठानं' काढून आणखी पैसा गोळा केला आहे –''

''प्रतिष्ठानं?'' महाराजांना आश्चर्य वाटले. ''प्रतिष्ठानं ही काय भानगड आहे?''

"मोठ्या माणसांच्या नावानं, सरकारचा हा उपक्रम आहे, असं दाखवून लोकांकडून पैसा गोळा करून तो स्वत:च्या नावावर बँकेत ठेवून देणं, याला प्रतिष्ठान असं म्हणतात.'' त्याने पुढे खुलासा केला.

"ही नवीन कल्पना आहे. नशीब, ती आमच्या वेळी नव्हती.'' महाराज संतप्त मुद्रेने म्हणाले, "लोकांकडून गोळा केलेला पैसा लोकांच्या हितासाठी वापरायचा, अशी शिकवण आम्हाला दादोजी कोंडदेव आणि आमच्या आऊसाहेब मातोश्री यांनी दिली होती –''

महाराज फारच अस्वस्थ झालेले दिसत होते. त्यांच्या मुद्रेवरील क्रोध अगदी स्पष्टपणे जाणवत होता.

दुसऱ्या एका पत्रकारालाही काही विचारावेसे वाटले. "आपण सुरत लुटली, जुन्नर लुटलं, हे आम्ही वाचलं आहे पुस्तकात, महाराज – जनतेच्या हितासाठी हे ठीक आहे. पण इतक्या उघडपणे? ही चूक नाही का वाटत? आमच्याकडे आजकाल आमचे नेतेही लुटालूट करतात, पण अगदी गुपचूप. लोकांना अजिबात काही कळू देत नाहीत.''

"मला यावर काही बोलायची इच्छा नाही! बस्स!... पुरे हा विषय.''

महाराजांनी कडक शब्दांत आज्ञाच केल्याप्रमाणे शब्द उच्चारले, तेव्हा सर्व जण गप्प झाले. थोडा वेळ शांतता पसरली.

"आणखी काही प्रश्न?''

"अफझलखानाला तुम्ही एकदम ठार का मारलंत? त्याचं मन वळवण्याचे प्रयत्न का नाही केलेत?''

"मन वळवायचं? शत्रूचं कसलं मन वळवणार मी? हल्ली हे चालू आहे काय?''

"होय महाराज. काश्मीरमध्ये, पंजाबमध्ये शत्रुपक्षाचं मन वळवून हा प्रश्न शांततेने सोडवण्याचे प्रयत्न चालू आहेत. फार हुशार अन् धोरणी आहेत आमचे पुढारी.''

"मग मला काही या देशाचं भवितव्य ठीक दिसत नाही.''

एकदम एका पत्रकाराला एक घटना आठवली. तो घाईघाईने बोलला, "अफझलखानाची स्वारी आल्यावर तुमच्या पक्षाचा खंडोजी खोपडे पळून जाऊन अफझलखानाला मिळाला होता. तो नंतर परत तुमच्याकडं तुमची

क्षमा मागायला आला. हे कसं काय घडलं? तुम्ही किती पैसे त्याला दिले?''

''पैसे?'' महाराज पुन्हा संतापून म्हणाले, ''म्हणजे अशी पद्धत आहे का? आम्ही उलट त्याला कमी शिक्षा केली. ठारच मारला असता त्याला; पण कान्होजी जेधेंना शब्द दिला होता म्हणून त्याचा एक हात अन् एक पाय तोडला आम्ही. विश्वासघातकी लोकांना अशीच शिक्षा दिली पाहिजे.''

''बापरे! भलतंच कडक राज्य होतं तुमचं!'' एक पत्रकार स्वत:शीच पुटपुटल्याप्रमाणे बोलला. ''सध्या आमच्याकडे विरुद्ध पक्षातला माणूस पैसे देऊन फोडतात. इतकंच नाही, तर त्याला ताबडतोब आपल्या मंत्रिमंडळात घेतात. आपल्याच महाराष्ट्रातलं उदाहरण अगदी ताजं आहे –'' तो पुटपुटला.

पण महाराजांना त्याचे बोलणे ऐकू आले. ते खोचक स्वरात म्हणाले, ''म्हणजे खंडोजी खोपड्याला आम्ही आमच्या मंत्रिमंडळात घ्यायला पाहिजे होतं, असं तुमचं म्हणणं आहे काय? मूर्ख –''

महाराजांची मुद्रा वरचेवर इतकी संतप्त दिसत होती, की सगळेच गारठले. 'मूर्ख' हा शब्दप्रयोग त्यांनी नेमका कुणाला उद्देशून केला, हेही नीट कळले नाही. आता ही अप्रिय बातचीत लवकर थांबवावी, हे बरे. नाहीतर केव्हा महाराजांचा तोल जाईल आणि ते एकदम भवानी तलवार बाहेर काढतील, याचा काही नेम नाही, अशी भीती काही मंडळींना वाटू लागली. काही जणांचे पाय पहिल्यापासूनच लटपटत होते. ते आणखीनच घाबरले. आता हे प्रकरण आवरते घ्या अन् इथून धडपणे पलायन करा, असे त्यांनी खुणेनेच एकमेकांना सुचवले.

तेवढ्यात एक शिकाऊ तरुण पोरगेला पत्रकार म्हणाला, ''महाराज, आता शेवटचाच प्रश्न. आम्ही जेव्हा मुलाखत घेतो ना कुणाचीही, त्याला पहिलाच एक प्रश्न विचारतो, 'आता तुम्हाला कसं वाटलं?' एस. एस. सी.त पहिला नंबर आलेल्या मुलाला आम्ही असंच विचारतो, 'आपण पहिले आलो हे कळल्यावर तुम्हाला कसं वाटलं?' ''

''बरं मग?'' महाराजांना त्याच्या प्रश्नाचा रोख कळलाच नाही. ''तुमचं म्हणणं काय?''

“नाही, तुम्ही अफझलखानाला ठार मारलंत ना, त्या क्षणी तुम्हाला काय वाटलं? तुमच्यावर इथेच राज्याभिषेक झाला, त्या क्षणी तुम्हाला कसं वाटलं?”

महाराजांची मुद्रा एकदम रौद्ररूप झाली. “कसले गाढवासारखे प्रश्न विचारता आहात? कोण आहे रे तिकडे? या माणसाला टकमक टोकावर उभा करा आणि खाली ढकलण्यापूर्वी विचारा, आता तुम्हाला कसं वाटतंय?”

महाराजांची ही गर्जना ऐकल्यावर सर्व जण भीतीने थरथर कापू लागले. एक-दोघे तर मूर्च्छित होण्याच्या बेतात होते; पण थोडक्यात सावरले. सर्वांच्या डोळ्यासमोर एकदम अंधःकार पसरला. सावध झाले तेव्हा दिसले की, सिंहासनावर कोणीही बसलेले नाही. सर्वांनी एकच किंकाळी फोडली आणि सगळे विलक्षण वेगाने पळत सुटले. धापा टाकीत मुक्कामाच्या ठिकाणी येऊन पोहोचले, तेव्हा कोठे त्यांच्या जिवात जीव आला. आपण याची कव्हरपेज स्टोरी केली, तर त्याचे काय परिणाम होतील, हे इंग्रजी पत्रकाराला नेमके ठरवता येईना. म्हणून तो विचार त्याने रद्दच केला.

एका मराठी पत्रकाराला मात्र राहून राहून एका गोष्टीचे फार दुःख झाले. प्रत्येक मंत्र्याच्या भेटीला किंवा दौऱ्यात मंत्र्यांच्या अगदी जवळ बसून आपला एक फोटो काढून घेण्याची त्याची सवय होती. अशा अनेक मंत्र्यांबरोबरचे फोटो त्याने घरात टांगलेले होते.

रात्रीच्या चांदण्यांच्या सहलीत कुणीतरी कॅमेरा बरोबर आणला असता, तर किती मजा आली असती! शिवाजी महाराजांच्या अगदी जवळ बसून आपला एक छान रंगीत फोटो काढायला आपण त्याला सांगितले असते आणि तो फोटो दरवाजाच्या मुख्य चौकटीवरच लावला असता. ती संधी साफ हुकली, या विचाराने मात्र त्याला रात्रभर झोप आली नाही.

◆

ससेक्स परगण्याच्या ईशान्येकडून केंट परगण्याकडे जमिनीचा एक मोठा पट्टाच्या पट्टा गेलेला आहे. हा पट्टा म्हणजे दुसरं-तिसरं काही नाही, नुसतं अरण्य आहे. जंगलात या भागातले लोखंडाचे कारखाने आहेत. अधूनमधून तळी आहेत. अरण्य अगदी दाट आहे. त्यामुळे ॲडिसबाईच्या झोपडीकडे जाणारी वाट अगदी गर्द झाडीने झाकलेली आहे. ही गर्द झाडी अगदी दृष्टीच्या टप्प्यापर्यंत दिसते.

त्या दिवशी रात्री संध्याकाळचा फिकट उजेडही तिथे नव्हता. चांदणंही नव्हतं. झाडांच्या वर, अगदी वर, थोड्या चांदण्या लुकलुकताना दिसत होत्या. बस्स, तेवढीच काय ती प्रकाशाची खूण; पण अंधारात जे दिसत नव्हतं, ते त्या स्तब्ध वेळेला स्पष्ट कळत होतं. रात्र अगदी शांत होती, वाराही अगदी पडला होता. बारीकसारीक आवाजसुद्धा कसा स्पष्ट

५.
वचन

ऐकू येत होता, कर्कश्श वाटत होता. लांब वस्तीवरची कुत्र्यांची भुंकभुंकसुद्धा कशी अगदी जवळ चालल्यासारखी वाटत होती. रस्त्याने तो जो माणूस चालला होता, त्याला आपली पावलं वाजलेली स्पष्ट ऐकू येत होती. गावातलं कुणी मेलं, म्हणजे चर्चमधील घंटेचा आवाज जसा काहीतरी गूढ उदासवाण्या रीतीने निघत राहातो; तशी काहीतरी आपली पावलं पडताहेत, असं त्या माणसाला वाटत होतं.

वाट भराभर सरावी, म्हणून तो झपाट्याने जायची घाई करीत होता; पण सबंध वाटेवर काटेच काटे झाले होते, आणि त्याचा कुरकुर आवाजसुद्धा पावलांच्या आवाजासारखाच मोठा आणि काहीतरी चमत्कारिक वाटत होता. शिवाय त्यामुळे हळू चालावं लागत होतं आणि हळू चालून तर मुळीच भागणार नव्हतं...

ॲडिसबाईच्या झोपडीकडे तो आला आणि मग थोडासा घुटमळला. रस्त्यापासून घरापर्यंत गवताचा लहानसा पट्टा गेला होता. घराच्या एका

खिडकीचा पडदा सरकवलेला होता आणि त्यातून आतला उजेड बाहेर आला होता. या खिडकीतून लांबूनच त्यानं किंचित आत डोकावलं. ॲडिसबाई शेगडीजवळ वाकून काहीतरी करीत असलेली त्याला अस्पष्ट दिसली. काहीतरी भांडंबिंडं किंवा किटली शेगडीवरनं ती उतरवीत असावी. तो थोडासा तिथेच घुटमळला. त्याला किंचित धाकधूक वाटल्यासारखीच झाली. जरा निरखून पाहिलं; तर अंगानं दणकट, जाडजूड असा तो माणूस होता, असं दिसलं असतं. त्याचा पोशाखबिशाख तर अगदी दरिद्री दिसत होता. हा कुठल्याच उद्योगधंद्यात यशस्वी झाला नसेल, असंच कुणालाही त्यावरून वाटावं. आता तो खिडकी उघडणार, असं क्षणभर त्याच्या आविर्भावावरून वाटलं; पण नंतर त्यानं पुन्हा विचार बदलला आणि खिडकीऐवजी तो सरळ दरवाजाकडे गेला.

दार ठोठावलं नाही. सरळ आत गेला.

चाहूल लागली, तशी शेगडीपाशी उभी राहिलेली ती बाई एकदम वळली. त्याला बघून ती आश्चर्याने म्हणाली, "कोण? पीटर क्रोच? दार ठोठावलं नाहीस वाटतं? सरळ आत आलास?"

"होय," त्यानं सांगितलं, "उगीच आवाज होऊ नये, म्हणून मी मुद्दामच तसं केलं नाही."

"म्हणजे काय?"

"काही नाही. मी थोडासा संकटात आहे."

असं बोलताना त्याचे हात किंचित कापत होते.

"काय, केलंस काय असं?"

"मी एका माणसाला गोळी घातली आहे."

"कुणी? तू?"

"होय. मीच गोळी घातली."

"म्हणजे तू ठार मारलंस त्याला? खून केलास?"

"ते काही कळलं नाही मला."

क्षणभर त्या स्वयंपाकघरात शांतता पसरली. इकडे किटली अगदी उकळू लागली होती. ॲडिसबाईनं निर्जीवपणे ती उचलली आणि शेजारी काढून ठेवली.

ॲडिसबाई दिसायला अगदी एवढीशी, खुजी, काटकुळी, चेहरा काबाडकष्टानं रापलेला, तोंडावर जागोजाग कातडी वाळून वळ्या

पडलेल्या. चेहरा अगदी सूक्ष्म सुरकुत्यांनी भरलेला. चाळीस-बेचाळीसपेक्षा काही तिचं वय जास्त नसावं; पण हालअपेष्टा भोगल्यानं माणसाला एक प्रकारचा जो पोक्तपणा येतो, तसा काही तरी पोक्तपणा तिला आला होता.

किंचित कडवटपणानं तिनं विचारलं, “तुला पाहिजे काय माझ्यापासून, पीटर?”

“काही नाही. घटकाभर मला तुमच्या इथे आसरा द्या. ते लोक जाईपर्यंत लपायला एखादी जागा द्या. द्याल ना?”

“ते लोक? कोणते लोक?”

“रखवालदार.”

“हं, म्हणजे तू रखवालदारांशी भांडण केलेलं दिसतंय काहीतरी. होय ना?”

“होय. त्या रानाच्या आसपास मी हिंडत होतो, कुठं काही उचलायला सापडतं का ते बघत. तेवढ्यात त्या रखवालदारांनी मला बघितलं. मी एकटा आणि ते चांगले तिघे-चौघे होते. म्हणून मी बंदूक झाडली आणि पळालो. ते आता माझ्या मागावर आहेत. अगदी जवळच आले असतील कुठं तरी.”

पीटरचे हे बोलणे ऐकून ॲडिसबाई काहीच बोलली नाही. पीटर पक्का उचल्या होता आणि नेहमी रानावनात हिंडून काहीतरी पळवून न्यायचं, हाच त्याचा धंदा होता. तिला हे चांगलं माहीत होतं. अशा माणसाला आश्रय द्यायचा कसा?

पीटर तिच्याकडे केविलवाणेपणाने बघत उभा होता. ती काहीच बोलत नाही हे बघून तो म्हणाला. “निदान टॉमसाठी तरी मला ही भीक घाला. नाही म्हणू नका.”

हे ऐकल्यावर ती फणकाऱ्याने म्हणाली, “एवढा काही तू टॉमचा जिवलग मित्र नाहीस.”

“पण टॉम मला आपला चांगला दोस्त मानतो. तो इथे असता, तर त्यानं नक्की मला आश्रय द्यायला तुम्हाला सांगितलं असतं.”

“मी नाही म्हणत नाही. सांगितलंही असतं कदाचित त्यानं, कारण टॉमचं तुझ्याबद्दल बरं मत होतं. तुझी जी लायकी आहे, तिच्या मानानं तरी पुष्कळ बरं होतं. बरंय. तो येईपर्यंत थांब तू. म्हणजे तो काय म्हणतो, ते समक्षच दिसेल आपल्याला.”

“तो यायला अजून तासभर तरी अवकाश आहे. त्यानंतर समुद्रकिनाऱ्याला अगदी निवांत होईल. अगदी कुणी असायचं नाही तिथे. मग मी वाट फुटेल तिकडे निघून जाईन. या मुलखातून लांब कुठंतरी जाईन.”

“लांब म्हणजे जाणार तरी कुठं तू?”

“तसं काही नक्की नाही. अजून काहीच ठरवलं नाही मी.”

“इथं बसून ठरव काय ठरवायचंय ते.” अगदी शुष्कपणाने ती म्हणाली. मग तिनं दुसऱ्या एका दरवाजाचं दार उघडलं. झोपडीच्या पाठीमागं एक लहानशी, अंधारी कोठडी होती. तिकडे ती वाट जात होती.

“हं, जा तिकडे. आलेच कुणी रखवालदार, तरी त्यांना संशय यायचा नाही, तू इथे असशील म्हणून. आणि मी जर पुन्हा सांगितलं, की तुला मी अजिबात पाहिलं नाही म्हणून, मग तर त्यांना मुळीच संशय यायचा नाही.”

“ॲडिसबाई, तुम्ही फार चांगल्या आहात. तुम्ही मला फार मोठी मदत केलीत. तितका मी काही लायक नाही... खरोखर... टॉमसारखी आई मला मिळाली असती तर... तर मी काही निराळा झालो असतो.”

पीटरच्या या बोलण्यावर ती काहीच बोलली नाही. तिनं मुकाट्यानं दरवाजा ओढून घेतला आणि त्याला कुलूप लावलं. आतल्या अंधाऱ्या खोलीत तो एकटाच उरला. अंधार, पूर्ण अंधार. दरवाजाच्या फटीतनं उजेडाचा एक किरण तेवढा आत घुसला होता; तेवढा सोडला, तर अगदी दाट अंधार. या फटीतून त्याला दिसत होतं. ती स्वयंपाकघरात इकडे-तिकडे काहीतरी करीत होती. बहुधा टॉमच्या जेवणाची तयारी असावी. दिवसभर काबाडकष्ट करून टॉम तासाभरात घरी येईल. त्याच्याच जेवणाची तयारी... टॉम आल्यावर काय होईल? तो आपल्याला मदत करील?... नक्की करील. आपण लहानपणापासून एका शाळेत, मिळून जायचो. तेव्हापासूनची मैत्री आपली. दोघांचे स्वभाव अगदी वेगळे. पुढे दोघांच्या आयुष्याला वळणही वेगळं लागलं, पण तरीसुद्धा आपली मैत्री काही तुटली नाही.

कोठीतल्या कोपऱ्यात मोठं बारदान पडलं होतं. त्यावर अंग टाकून पीटर विचार करीत होता. स्वयंपाकघरातून येणारा खमंग वास त्याच्या

नाकात शिरत होता नि त्याच्या तोंडाला पाणी सुटत होतं. टॉम घरी आल्यावर ॲडिसबाई त्याचं ताट वाढील आणि... आणि मग आपल्यालाही काही अगदीच नाही म्हणणार नाही. काहीतरी देईलच... फार भूक लागली आहे आणि पल्ला तर फार लांबचा गाठायचा आहे...

विचार करता करता पीटरला ग्लानी आली होती. त्यातच थोडीशी डुलकीही लागली होती, पण एकदम पावलांचा आवाज ऐकू येऊ लागला आणि तो एकदम दचकून जागा झाला.

पावलांचा आवाज ऐकल्यावर क्षणभर त्याला गुदमरल्यासारखं झालं, कारण येणाऱ्या संकटाच्या भीतीनं त्याचं काळीज सशासारखं धडधडत होतं. हा आवाज तर रखवालदारांचा. म्हणजे आपण इथे आहोत ते त्यांनी ओळखलं. आपण आपल्या जुन्या मित्राच्या घरीच आश्रयाला येणार, हे त्यांनी बरोबर जाणलं. छे:! छे:! आपणच मूर्ख. कशाला या घरात आलो?

पीटरने इतका वेळ आणलेला उसना धीर आता एकदम ओसरला. थरथर कापत हुंदके देत तो त्या रकाट्यावर कोपऱ्यात पडून राहिला, पण ती पावलं वाजतवाजत पुढं गेली. आवाज हळूहळू नाहीसा झाला. मग दुसऱ्याच क्षणी ॲडिसबाई दार उघडून किंचित आत आली नि म्हणाली, "घाबरू नकोस. ते रखवालदारच होते, पण मी त्यांना पुढं जाताना बघितलंय. त्यांच्याजवळ दिवेबिवे दिसले. मला वाटतं तू आत्ताच बाहेर पडलास आणि पळालास, तर बरं होईल. मग काही त्यांना तू सापडायचा नाहीस. सरळ मधल्या वाटेनं तू केंटकडे जा. आत्ता रात्री दहाला लंडनची गाडी तिथे येते. ती पकड."

"तसं झालं तर फारच चांगलं; पण तिकिटाएवढेसुद्धा पैसे माझ्याजवळ नाहीत आत्ता."

पीटरचं हे बोलणं ऐकल्यावर ती क्षणभर थांबली. मग मागं वळून स्वयंपाकघरात गेली. तिथला खण उघडून तिनं त्यातलं काहीतरी काढलं आणि परत आली.

"हे बघ. सात शिलिंग आहेत. एवढ्यात लंडनपर्यंत जायला तुला भाडं होईल आणि थोडेसे वरही उरतील."

क्षणभर तो काहीच बोलला नाही. गप्प राहिला. मग म्हणाला, "बाई, तुमचे आभार मी कसे मानू?"

"छे:! छे:! त्याची काही आवश्यकता नाही. मी हे सगळं टॉमसाठी करतेय बाबा!"

"त्यामुळं तुम्हाला काही त्रास होणार नाही ना? तसं काही होऊ नये म्हणजे बरं."

"तशी काही फारशी भीती नाही. तू इथे झोपडीत घटकाभर होतास, हे कुणालाच कळायला संभव नाही. म्हणून तर म्हणते, टॉम यायच्या आत तू गेलेला बरा. कारण न जाणो, एखाद्या वेळी तो आपल्याबरोबर कुणी मित्र घेऊन यायचा आणि मग उगीच त्रास व्हायचा."

तिनं दरवाजा उघडला. दोघेही दरवाजाच्या उंबऱ्यावर उभी राहिली न राहिली, तोच पुन्हा पावलांचा आवाज ऐकू येऊ लागला. या वेळी आवाज घराच्याच रोखानं येत होता.

ॲडिसबाई म्हणाली, "बहुतेक टॉम दिसतोय."

"नाही. पुष्कळ माणसांची पावलं वाजताहेत. शिवाय बोलणंही ऐकू येतंय."

"पुन्हा माघारी जा बरं कोठीत." तिने चट्‌दिशी थोडक्यात सांगितलं. "ते निघून जाईपर्यंत थांब."

नाइलाजानं तो पुन्हा त्या घाण, अंधाऱ्या खोलीत परतला. त्या खोलीचा त्याला अगदी वीट आला होता; पण परतला. नाईलाजानं, अनिच्छेनं माघारी फिरला आणि तिनं खोलीला फिरून कुलूप घातलं.

पावलांचा आवाज आता अगदी जवळजवळ येऊ लागला. अगदी सावकाश आणि धिम्मेपणानं पावलं पडत होती. मघाप्रमाणंच आत्ताही घडेल आणि तो आवाज पुढे जाईल, असं त्याला क्षणभर वाटलं. कारण थोडा वेळ आवाज ऐकू आला नाही. पण नंतर त्याला कळलं, तसं काही नव्हतं. मधल्या गवतावरून चालत आल्यामुळं तो आवाज निघाला नाही... आणि दुसऱ्याच क्षणी दरवाजावर थाप ऐकू आली... म्हणजे तो टॉम नव्हता तर!

भीती, काळजी यांनी पीटर कापू लागला. दरवाजाच्या फटीला डोळे लावून तो स्वयंपाकघराकडे बघू लागला. ॲडिसबाई दरवाजा उघडण्यासाठी पुढच्या तोंडाला गेली, हे त्याला दिसलं; पण तिनं दार उघडायच्या आधीच एक माणूस घाईघाईनं आत घुसला आणि त्यानं दार पाठीमागं लावून घेतलं.

पीटरनं त्याला ओळखलं. हा तर विडलर – या शेताच्या रखवालदारांतला एक. आपले हात आणि पाय हळूहळू थंडगार पडत चालले आहेत, असं पीटरला वाटू लागले. म्हणजे आपण कुठं आहोत, हे त्यांना बरोबर कळलं म्हणायचं. ते आपल्या मागावरच होते. ॲडिसबाईकडे – मित्राच्या आईकडे – आपण दडलेले असणार, हे त्यांनी बरोबर ओळखलं... म्हणजे आता सगळं संपलं. आपल्याला वाटलं, आपण लपलो... पण तसं मुळीच नव्हतं तर! आणि आपल्याला लपायला दुसरी जागा कुठून असणार? आता ते सरळ हा दरवाजा उघडतील आणि आपल्याला पाहतील. कशाला या ठिकाणी आलो आपण? आपल्याला दुसरा चांगला विचार कसा सुचला नाही? आपल्या स्वत:चा बचाव कसा करावा, हे कुणालाही कळतं. मग एवढी साधी बुद्धी आपल्याला कशी सुचली नाही?

क्षणभरात पीटरच्या मनात असे अनंत विचार येऊन गेले आणि त्याचे पाय लटपटू लागले. त्याला उभंही राहता येईना. पोत्याच्या बारदानावर तो टेकला आणि धडधडत्या अंत:करणानं पुढं काय होतं, ते पाहत राहिला.

स्वयंपाकघरात जो माणूस आला होता, तो गप्प उभा होता. जे सांगायचं होतं, ते कसं सांगावं, हे त्याला नीट कळत नव्हतं. आपल्या हातात त्यानं टोपी घेतली होती. तिच्याशी चाळा करती तो अगदी गप्प उभा होता.

तो असा न बोलता उभा राहिलेला पाहून ती म्हणाली, "काय? काय प्रकार आहे?"

"मला तुमच्याशी थोडंसं बोलायचं आहे."

कान टवकारून पीटर ऐकत होता. कारण त्याची छाती इतकी धडधडत होती की, बाहेरचा आवाज त्याला नीट ऐकूही येत नव्हता. नाही, नाही... ती आपलं वचन मोडणार नाही. असं होणार नाही. निदान टॉमसाठी तरी. ती चांगली बाई तसं करणार नाही.

तो माणूस पुन्हा मुक्यासारखा उभा राहिलेला पाहून ॲडिसबाईने विचारलं, "हं, काय?"

"ॲडिसबाई, मी फार वाईट बातमी घेऊन आलो आहे."

हे ऐकल्यावर तिचा चेहरा एकदम बदलला.

"काय म्हणता? काही टॉमबद्दल तर –"

"तो बाहेरच आहे." त्या रक्षकाने सांगितले.

"म्हणजे तुम्ही म्हणता काय?" असं म्हणून तिनं एकदम दरवाजाकडे झेप घेतली, पण त्याने तिला अडवलं.

"नाही, नाही... मी सगळं सांगेपर्यंत जाऊ नका."

"सगळं सांगेपर्यंत? काय सांगेपर्यंत? बाबा, तुझ्या पाया पडते. कृपा करून लवकर सांग काय असेल ते."

आणि तिनं त्याला ढकलून दाराकडे जायचा पुन्हा प्रयत्न केला.

तो माणूस धिम्मेपणानं तिथेच उभा राहिला. मग म्हणाला, "आज रानात कसला तरी दंगा झाला. आसपास कुणीतरी माणूस ससे पकडत हिंडत होता. टॉम, मी, तो म्हातारा क्रोच आणि एक-दोघे रखवालदार हिंडत चाललो होतो. काहीतरी गडबड आहे, एवढं आम्हाला कळलं आणि मग... फार अंधार होता. तो कोण माणूस होता, आम्हाला काही समजलं नाही. त्यानं मात्र आम्हाला पाहिलं, मग तो पळाला. आम्ही आरडाओरडा केला, त्यानं घाबरावं म्हणून... आणि त्याने बंदूक झाडली..."

बोलता बोलता तो एकदम थांबला आणि गप्प राहिला. तिच्याकडे पाहत राहिला. त्याला जे काही सांगता येण्यासारखं होतं, ते त्यानं सांगितलं होतं आणि जे तोंडातनं बाहेर पडलं नव्हतं, ते आता समजून घ्या, असंच जणू त्याला आपल्या पाहण्यानं सांगायचं होतं... आणि त्या अंधाऱ्या शेडमधील जागेत पीटर क्रोच निश्चेष्ट होऊन बसला होता. जणू निर्जीव पुतळा बनला होता.

ॲडिसबाईला काय समजायचं ते समजलं. "टॉम..." एवढाच करुण शब्द तिनं तोंडातून बाहेर काढला आणि त्या माणसाच्या ध्यानात येण्यापूर्वीच तिनं दरवाजा उघडला.

बाहेरची माणसं दार उघडायचीच वाट पाहत थांबली होती. दार उघडलं, हे बघून त्यांनी स्ट्रेचरवर निजवलेल्या कुणीतरी व्यक्तीला आत आणलं आणि तो जड भार त्या खोलीच्या फरशीवर मध्यभागी ठेवला.

डोळ्यांत पाणी न आणता तिनं विचारलं, "मेला आहे का तो?"

त्या माणसांनी माना खाली घातल्या. तिच्यासारख्या शुष्क आवाजात त्यांना बोलता आलं नाही.

कोठीमधल्या पीटरला आता घाम येत नव्हता; तो थरथर कापतही नव्हता. निराशेमुळे त्याला कसलं तरी विलक्षण बळ आलं होतं. कारण जे काही कृत्य आपल्या हातून घडलं, ते फार भयंकर होतं, आता सुटका करून घ्यायची इच्छाच राहिली नव्हती. 'टॉम! अरे, मी समजत होतो, कुणीतरी एखादा रखवालदार असेल म्हणून. पण...पण ती तुला गोळी लागली. माझीच गोळी. मीच मारलं तुला... आता मला जगायचीच इच्छा उरली नाही.'

पीटरच्या मनात असा विचार येत होता आणि तरीही जगण्याचा मोह सुटत नव्हता. कारण दुसऱ्या कुठल्याशा एका गावात त्याचं मन हिरावून घेतलेली स्त्री होती. जितकी टॉमची त्याच्यावर निष्ठा होती, तितकीच तिचीही. कोणत्याही क्षणी ती जगाच्या अंतापर्यंत त्याच्याबरोबर आली असती... पण आता आपण तिचा विचार काय म्हणून करायचा? तसं करायचा आपल्याला काही अधिकार नाही. जे काही आपल्या हातून घडलं, त्याची भरपाई आता आपल्या प्राणानंच केली पाहिजे.

ती भग्न, पुत्रशोकानं विकल झालेली बाई आता वेताच्या खुर्चीवर कशीबशी बसली होती आणि एक-दोघा माणसांनी तिला आधार दिला होता.

"बाई, आम्ही आता बाहेर जातो. गेनबाई आहेत ना, त्यांना तुमच्याकडे पाठवून देतो."

"अंधारात आम्हाला त्या माणसाचा चेहरा नीट दिसला नाही, पण त्याची बंदूक मात्र सापडली आहे. गोळी मारल्यावर त्यानं ती झुडपात फेकून दिली होती. मला पक्की खात्री आहे, ती बंदूक पीटर क्रोचचीच आहे. मागे एकदा धान्य चोरल्याबद्दल त्याला ठोकला होता. तेव्हापासून तो जास्तच भामटा झालेला होता. आता सापडला की, तो फासावरच जाईल."

"पण त्यानं गोळी झाडली, तेव्हा त्याला ठाऊक नसलं पाहिजे, आपण टॉमलाच मारलं म्हणून. कारण त्याची अन् टॉमची तशी दोस्ती होती. त्याची लायकी नसतानासुद्धा होती."

पीटर क्रोच आता अगदी ताठ उभा राहिला होता आणि जे काही चाललं होतं, ते त्या दाराच्या फटीतून बघत होता. त्यानं पाहिलं,

ॲडिसबाई लटपटत लटपटत उभी राहिली आणि टेबलाजवळ गेली. त्या मेलेल्या माणसाच्या चेहऱ्याकडे बघत उभी राहिली. आपल्या मलवस्त्राच्या खिशात तिनं हात घातलेला त्यानं पाहिलं. याच खिशात तिनं मघाशी कोठीच्या कुलपाची किल्ली ठेवली होती.

उदास शांतता सगळीकडे पसरली होती. तिचा भंग करून विडलर म्हणाला, "शेतावरचे लोक क्रोचच्या पाठीमागं गेले आहेत. जंगलातल्या वाटेनं तो पुढच्या खेड्याकडे गेला असावा, असा त्यांचा तर्क आहे. इथे काही यायचा तो संभवच नाही म्हणा. तुम्ही त्याला आज रात्रीच्याला कुठं बघितलं नसेलच?"

हा प्रश्न विचारल्यानंतर क्षणभर सगळीकडे स्तब्धता पसरली. मग ॲडिसबाई म्हणाली, "नाही, मी काही त्याला पाहिलेलं नाही. मंगळवारपासून त्याला बघितलं नाही मी."

आणि खिशात घातलेला हात तिनं पुन्हा काढून घेतला.

"बरंय. मग आम्ही जातो. गेनबाईला घेऊन येतो. त्या आल्या, म्हणजे तुम्हाला थोडं बरं वाटेल."

ॲडिसबाईनं यावर मान हलवली आणि खुणेनेच 'नको' म्हणून सांगितलं.

मग झोपण्याच्या खोलीकडे बोट दाखवून ती म्हणाली, "एवढंच करा. याला आत नेऊन ठेवा."

त्या माणसांनी ते स्ट्रेचर उचललं आणि शेजारच्या खोलीत नेलं. मग प्रत्येक जणानं जड अंत:करणानं आणि चकार शब्द न काढला तिला अभिवादन केलं आणि तिचा निरोप घेतला. हळूहळू ते लांब गेले, दिसेनासे झाले.

त्यांनी दरवाजा लावून घेईपर्यंत ती थांबली. मग ती कोठीच्या दाराकडे आली. पीटर पुन्हा थरथर कापू लागला. आता या बाईला आपण कसं तोंड दाखवायचं? छे! छे! त्यापेक्षा आपण फासावर जाऊ, पण हा भयंकर प्रसंग नको...

कुलपात किल्ली फिरलेली ऐकू आली. कडी निघाली आणि तो जवळजवळ अर्धमेला झाला.

पण ती आत आलीच नाही.

तिनं फक्त कुलूप काढलं, कडी काढली आणि मागं फिरली. जड

पावलांनी हळूहळू तिनं स्वयंपाकघर ओलांडलं. ज्या खोलीत मघाशी टॉमला ठेवलं होतं, त्या खोलीत ती गेली.

आणि तिनं दार बंद करून घेतलं.

पीटरनं हे सगळं पाहिलं. आपण आता काय करायचं आहे, हे त्याला कळलं. मग जी गोष्ट आपण करावी, अशी तिची इच्छा होती, जी गोष्ट त्याला करता येण्यासारखी होती, ती गोष्ट त्यानं केली.

त्यानं दरवाजा उघडला आणि निमूटपणे तो बाहेर पडला. त्या दाट काळोखात दिसेनासा झाला.

◆

आमचे टगेवाडी गाव नवीन नवीन उपक्रम करण्याबद्दल प्रसिद्ध आहे. गावात सगळी टगे लोकांचीच वस्ती असल्यामुळे नवीन काही चळवळ निघाली, की समस्त टगे मंडळींना एकदम चेव येतो. आपल्या गावातही ही गोष्ट आणलीच पाहिजे, असा केवळ विचार करून ते थांबत नाहीत; ताबडतोब ती गोष्ट प्रत्यक्षात करून दाखवतात. त्यातून कुठल्याही गावात असतात, त्याप्रमाणे गावात दोन पार्ट्या आहेत. वरच्या आळीला टगे लोकांची वस्ती, तर खालच्या आळीला उंडगे लोकांची पार्टी. गाव अर्थातच राजकीयदृष्ट्या जागृत. दोन्ही पार्ट्या आय काँग्रेसच्याच आहेत, हे निराळे सांगण्याचे कारण नाही. दोन्ही पार्ट्यांत तरुण, तडफदार आणि समाजसेवेचे व्रत घेतलेल्या लोकांची गर्दी झाली आहे. एकाने एक नवीन गोष्ट सुरू केली, की दुसरी पार्टी तसलाच काहीतरी

६.

टगेवाडी फेस्टिव्हल

नवीन उपक्रम सुरू करून आपले अस्तित्व कायम ठेवते. टगे लोकांनी काँग्रेस कमिटीतर्फे गणेशोत्सव सुरू केल्यापासून उंडगे मंडळी बेचैनच होती. आपणही आता काहीतरी करून दाखवलेच पाहिजे,अशी चर्चा त्यांच्यात सुरू झाली होती. तेवढ्यात त्यांना वर्तमानपत्रात एक महत्त्वाची बातमी वाचायला मिळाली. 'पुणे फेस्टिव्हल' नावाचा एक नवीन गणपती उत्सव पुण्यात सुरू झाला आहे. परदेशी प्रवाशांना आपले सांस्कृतिक वैभव दाखविण्यासाठी हा फेस्टिव्हलचा उत्सव काही तडफदार आणि झुंजार देशभक्तांनी मुद्दाम सुरू केला आहे, हे कळले. मग काय? ताबडतोब उंडगे मंडळींना त्यापासून स्फूर्ती मिळाली. आपण या धर्तीवर थोरांच्या खुरावर खूर टाकून 'टगेवाडी फेस्टिव्हल' सुरू करावा, असे त्यांनी ठरवले आणि मंडळी कामाला लागली.

काही मंडळींना 'फेस्टिव्हल' हे काय प्रकरण आहे, हे तोपर्यंत अजिबात ठाऊक नव्हते. कुणीतरी अडाणी माणसाप्रमाणे चौकशी केली.

तेव्हा उंडगे पार्टीप्रमुख दादासाहेब उंडगे आपल्या भरघोस मिशांना गोंजारत म्हणाले, ''फेष्टिव्हल म्हंजे फेष्टिव्हल! ते गणपती उत्सव करत्यात, तर आपण फेष्टिव्हल करायचं. परदेशातनं जे लोक येतात, त्यांना आपली मजा मजा दाखवायची. नुसता दंगा उडवून टाकायचा. नाचगानी, व्याख्यानं, फरिसंवाद असले कार्यक्रम ठिवायचे. मुख्य म्हंजे दाबून पैसा गोळा करायचा. तिकटं जंतेच्या गळ्यातच मारायची.''

दाबून पैसा गोळा करायचा म्हटल्यावर, सर्व झुंजार आणि तडफदार कार्यकर्त्यांना प्रचंड स्फुरण चढले. सर्वच कार्यकर्ते राजकारणातले असल्यामुळे जनतेच्या सेवेसाठी, जनतेकडून भरपूर वर्गणी गोळा करणे किती आवश्यक आहे, हे कोणालाही समजावून सांगण्याची आवश्यकताच नव्हती. किंबहुना, बऱ्याच जणांचा तोच मुख्य व्यवसाय होता. त्यातून गणपतीच्या नावावर पैसा गोळा करण्यात तर अनेकांची हयात गेली होती. शिवाय नाचगाणी, व्याख्याने असले सांस्कृतिक कार्यक्रम करायची संधी होती. नाचगाण्यासाठी परगावाहून अनेक सुंदर स्त्री पाहुण्या गावात पदार्पण करणार. त्यांचे दर्शन तर होईलच, पण जमल्यास थोडी त्यांच्याशी जवळीकही साधता येईल, असेही त्यांच्या लक्षात येऊन गेले आणि मंडळी उत्साहाने कामाला लागली. वर्गणी गोळा करण्यात सगळेच निर्ढावलेले असल्यामुळे हां हां म्हणता भरपूर रक्कम गोळा झाली. कुठे गोड बोलून, कुठे दबाव आणून, कुठे दमदाटी देऊन फेस्टिव्हलची आर्थिक बाजू भक्कम करण्यात आली. गावातील मुख्य पटांगणात व्यासपीठ, मंडप इ. उभारण्यात आला आणि बघता बघता फेस्टिव्हलचा दिवस जवळ आला.

'फेस्टिव्हल' म्हटल्यावर परदेशातील लोक कार्यक्रम पाहायला आले पाहिजेत. हे परदेशी लोक कुठून आणणार, ही एक अडचण होती. काही लोकांचे म्हणणे विमानतळावरून त्यांना थेट इकडेच पाठवून देण्यात यावे. सरकारला तशी विनंती करावी; पण परदेशातील लोक यायचे, तर त्यांची नीट व्यवस्था व्हायला पाहिजे. एखादे पंचतारांकित हॉटेल आधी सुरू करावे, आणि मग फेस्टिव्हल सुरू करावे अशी एका कार्यकर्त्याने सूचना मांडली; पण देशहिताच्या दृष्टीने काटकसर करण्याची सध्या फार आवश्यकता आहे, या मुद्द्यावर ही सूचना फेटाळून लावण्यात आली. खेडे पाहायचे असेल, तर त्या

लोकांनी खेड्यातील पद्धतीप्रमाणे राहिले पाहिजे, ही दुसरी सूचना मात्र सर्वमान्य झाली.

दुसरी गोष्ट म्हणजे त्यांच्या पिण्याची व्यवस्था. दादासाहेब उंडगे यांनी त्याचाही खुलासा केला. ते म्हणाले, "पिण्याची आपल्याकडं लागंल तिवढी वेवस्था है. आपल्या गावात दारू काय कमी? जिथं खणलं, तिथे बाटली सापडंल. देशी दारू म्हंजे काय, हे त्यान्लाबी एकदा कळलंच पायजे. इतका कडक माल मिळाल्यावर ही मानसं पुन्हा दुसऱ्या बाटलीला हात न्हाई लावणार."

"खरं है." एक कार्यकर्ता मान हलवून बोलला, "शिवाय स्वस्तात काम. पाच रुपयांच्या बाटलीत गटारात लोळून हुतंय. त्यांच्या बाटलीनं मुंगीबी चावल्यासारखी वाटत न्हाई."

"आन ते न्हाई आले तर न्हाई –" दादासाहेबांनी वाद निकालात काढला. "त्याचं फकस्त नाव घेयाचं. बगायला येणार गावचेच लोक. फेष्टिव्हलचं असंच असतं. ही दोन-पाच वर्सं जाऊ द्या. फुडं टगेवाडी हे बंदर करावं, म्हणून मी सरकारकडं लकडाच लावणार है. बंदर म्हंजे आपुआप ते लोक हितं उतरतील."

दादासाहेबांच्या खुलाशामुळे ही चर्चा एकदाची निकालात निघाली आणि सर्वांचे समाधान झाले. मुख्य प्रश्न होता उद्घाटनाचा. कुठलाही मोठा समारंभ म्हणजे उद्घाटन हे झालेच पाहिजे. त्यातून हे तर फेष्टिवल. त्यामुळे उद्घाटनाचा सोहळा दणदणीत साजरा झाला पाहिजे. म्हणून जिल्हा परिषदेचे माजी अध्यक्ष खुशालराव बोंबले यांना मुद्दाम पाचारण करण्यात आले. खुशालराव हे उद्घाटनाच्या भाषणासाठी फार प्रसिद्ध होते. ते कशाचेही उद्घाटन करीत. मुख्य म्हणजे, अशा वेळी ते फार विनोदी भाषण करीत. सगळीकडे हशा आणि टाळ्या यांची एकच धमाल उडवून देत. त्यामुळे खुशालरावांचे भाषण म्हटल्यावर उद्घाटनाच्या कार्यक्रमाला समस्त गावकऱ्यांनी गर्दी केलीच; पण आसपासच्या गावातून, वाड्यावस्त्यांवरून लोक बैलगाड्या करून, जीपा घेऊन मोठ्या उत्साहाने आले. आपल्या खिशातील लायटरने समई पेटवून त्यांनी उद्घाटनाचे दीपप्रज्वलन केल्यावर प्रारंभीच प्रचंड हशा झाला.

मग ते आपल्या भाषणात म्हणाले, "आज माझ्या हातून सगळीकडं मिळून आठ-दहा उद्घाटनं झाली. त्यामुळं हे कशाचं उद्घाटन आहे,

हे आता माझ्या लक्षात नाही; पण तरीसुद्धा हे उद्घाटन झालं, हे मी जाहीर करतो. जीवनात उद्घाटनाला फार महत्त्व आहे. त्याशिवाय एकही गोष्ट होत नाही. मुलगा शाळेला जातो पहिल्या दिवशी, म्हणजे त्याच्या शिक्षणाचं उद्घाटनच असतं. मुलगा जन्माला येतो म्हणजे तर काय? त्याच्या जन्माचं उद्घाटन. फार काय हिंदी सिनेमात सुहागरात दाखवत्यात, ते म्हणजे संसाराचं एक प्रकारे उद्घाटनच असतं!''

या थाटात खुशालरावांचे सुमारे दोन तास भाषण झाले. हसून हसून लोकांची पोटे दुखू लागली. त्यांचे हे भाषण प्रारंभीचे न ठेवता मनोरंजनाच्या कार्यक्रमातच ठेवले असते, तर फार बरे झाले असते, असे अनेकांना वाटले.

दुसऱ्या दिवसापासून फेस्टिव्हलचे सर्व कार्यक्रम नियमितपणे सुरू झाले. पहिल्याच दिवशी शेवंता आणि बकुळा यांच्या संगीतबारीचा दुरंगी सामना होता. दोघींनीही अगदी कमर कसून, ठासून लावण्या म्हटल्या. भरपूर नाचकाम झाले. शेवटचा सवाल-जबाब फारच रंगला. अगदी तोडीस तोड सवाल-जबाब झाले. शेवटचा सवाल तर फारच बहारीचा झाला.

अंगाभोवती गिरक्या घेत, हावभाव करीत शेवंता कोल्हापूरकरणीने सवाल टाकला,

''अगं, समद्या घोटाळ्यात ब्रह्मघोटाळा लई गाजला सत्ययुगी!
अन् कलियुगात असा घोटाळा कोणता गाजला, सांग तू गं मजप्रती ।।''
यावर ठुमठुमकतच बकुळा नगरकरणीने चलाख उत्तर दिले.
'अगं सवाल कसला, फुसका समदा उगा दाविशी का फोर्स?
अन् कलियुगात गं लै गाजला घोटाळा हा बोफोर्स.''

हा जबाब ऐकून लोकांनी टाळ्यांचा प्रचंड कडकडाट करून त्यास दाद दिली. विरोधी पार्टीच्या टगे मंडळींनी आरडाओरड करून या कार्यक्रमात विघ्न आणण्याचा प्रयत्न केला; पण तो फारसा यशस्वी झाला नाही.

दुसऱ्या दिवशी शेजारच्या शहरगावातून आलेल्या नर्तिकेचा नृत्याचा कार्यक्रमही असाच रंगला. शेवटचे भस्मासुर-मोहिनी नृत्य विशेष प्रेक्षणीय झाले. हा भस्मासुर मात्र पुराणातला नसून आधुनिक पोशाख केलेला

होता. त्याला दाढी होती आणि सरदारजीचा फेटा त्याने डोक्यावर घातला होता. शिवाय त्याच्या हातात एक बंदूकही होती. त्यामुळे तो अगदी हुबेहूब भिंद्रनवाल्यासारखा दिसत होता. मोहिनीने प्रथम त्याला झोपेतून उठवले, पुढे आणले, मग मात्र ती तांडवनृत्य करू लागली. मोहिनीने नंतर त्याला आपल्या मोहपाशात गुंतवून आपण करू तसे नृत्य त्याला करायला लावले. पहिल्यांदा काही वेळ तो तिच्या तालावर नाचला. नंतर तिने शेवटी आपल्या डोक्यावर हात ठेवला. तेव्हा त्याने तिच्याच डोक्यावर हात ठेवला. त्याबरोबर ती धाडकन खाली पडली. भस्मासुरही मग स्वत:च्या डोक्यावर हात ठेवून धाडकन खाली आपटला आणि खलास झाला. भस्मासुर-मोहिनी नृत्याचा हा आधुनिक आविष्कारही सर्वांनाच नवीन होता आणि त्यालाही सर्वांनी टाळ्या पिटून चांगली दाद दिली.

मनोरंजनाचे असे अनेक कार्यक्रम झाले. मधूनमधून फेस्टिव्हलमध्ये व्याख्यानेही आयोजित केली होती. त्यासाठी मोठेमोठे तज्ज्ञ लोक बाहेरगावाहून पैसे देऊन मागवले होते. त्यात बहुतेक सर्व राजकारणाच्या क्षेत्रातले अनुभवी देशभक्त होते. पहिलेच व्याख्यान सुप्रसिद्ध अर्थतज्ज्ञ आणि थोर पुढारी गडबडराव काळेबेरे यांचे झाले. त्यांचा व्याख्यानाचा विषयही लोकांना न समजणारा, पण अत्यंत जिव्हाळ्याचा होता. 'शेअर बाजारात घोटाळे कसे करावेत आणि बँका कशा बुडावाव्यात?' हा त्यांचा विषय जनतेच्या जिव्हाळ्याचा नाही, असे कोण म्हणेल? टगेवाडीच्या लोकांना शेअर बाजारासंबंधी फारशी माहिती नव्हती. त्यामुळे तो भाग त्यांच्या डोक्यावरून गेला; पण बँका कशा बुडवाव्यात, हा विषय त्यांच्या अगदी जवळून ओळखीचा होता. गावातील बहुतेकांनी एका राष्ट्रीयीकृत झालेल्या बँकेकडून कर्जे घेतली होती आणि एकानेही त्या कर्जाची परतफेड केली नव्हती. त्यामुळे त्या बँकेची शाखा नुकसानीत होती.

व्याख्यात्यांनी आपल्या अभ्यासपूर्ण भाषणात एवढेच सांगितले की, असा प्रचंड घोटाळा करणे किंवा बँकच बुडवणे हा सामान्य पराक्रम नाही, ही फार ताकदीची गोष्ट आहे. अगस्तीने एका आचमनात संबंध समुद्र पिऊन टाकला, ही गोष्ट आपण इतके दिवस खोटी किंवा अतिशयोक्तीची समजत होतो; पण असा भीमपराक्रम आजच्या काळातही करून दाखविणे शक्य आहे, हे आता निर्विवादपणे सिद्ध झाले आहे.

मात्र हे सामान्य माणसाचे काम नाही. त्यासाठी तुम्ही शेअर बाजारातील दलाल असणे ही प्राथमिक गरज आहे. एखादा बडा बँक अधिकारी किंवा मंत्री असेल, तर त्याला ही गोष्ट जमू शकते. म्हणून प्रथम तुम्ही ती पदवी संपादन करा. मग पुढचे काम सोपे आहे. अशा सत्कार्यास सरकारचाही तुम्हाला भरपूर पाठिंबा मिळेल. हे तुम्हाला शक्य तेवढे संरक्षण देईलच.

दुसरे व्याख्यान मुस्लिम समाजातील प्रसिद्ध कम्युनिस्ट पुढारी मियाँ दंताडबक्ष यांचे झाले. 'सर्वधर्मसमभाव आणि अयोध्येतील रामजन्मभूमीचा वाद' हा चटकदार विषय त्यांनी व्याख्यानासाठी घेतला होता. आपल्या भाषणात ते म्हणाले, ''सध्याची अयोध्या ही खरी पूर्वीची अयोध्या नव्हेच. असलीच, तरी रामाचा जन्म तेथे झालाच नाही. त्याला कसलाही पुरावा नाही. राम हा कौसल्येचा पहिलाच मुलगा. पहिले बाळंतपण नेहमीच बाईच्या माहेरी होत असते. म्हणून रामाचा जन्म हा त्याच्या आजोळी झाला असावा. रामजन्मभूमी म्हणून दाखविण्यात येणारी सध्याची जागा ही बोगस आहे. रामाचा जन्म तेथेच झाला, याला आधार काय? आणि समजा, झाला असेल, तरी आता त्याचा काहीच उपयोग नाही. कारण तेथे आमची पवित्र मशीद बाबराने चारशे वर्षांपूर्वीच बांधून ठेवलेली आहे. हा सर्वधर्मसमभाव असणारा आपला देश आहे. मुसलमान समाजाला जे पाहिजे, ते विनातक्रार ताबडतोब देणे आणि त्यांचे मन न दुखावणे, म्हणजेच सर्वधर्मसमभाव होय, म्हणून हिंदूसमाजाने तेथेच मंदिर बांधण्याचा हा मूर्खपणा ताबडतोब सोडून द्यावा.'' मियाँ दंताडबक्ष यांचे भाषण फारच आवेशपूर्ण झाले. इतके, की ते मध्येच बेशुद्ध होऊन खाली पडतात की काय, अशी भीती दादासाहेब उंडगे यांना सतत वाटत होती; पण तसे काही झाले नाही.

तिसरे व्याख्यान महाराष्ट्रातील एका प्रसिद्ध नेत्याचे झाले. 'भ्रष्टाचाराची आवश्यकता आणि त्यामुळे होणारे फायदे' हा विषय त्यांनी फारच मार्मिक रीतीने ऊहापोह करून आणि अनेक उदाहरणे देऊन रंगवला. जनतेची कामे व्हावीत, असे मनापासून वाटत असेल, तर देशात भ्रष्टाचाराची नितांत आवश्यकता आहे, हे त्यांनी अगदी कळवळून सांगितले. भ्रष्टाचार हाच शिष्टाचार झाला पाहिजे, हे त्यांच्या भाषणाचे मुख्य सूत्र होते. भ्रष्टाचार करण्यास परवानगी दिली किंवा तसा वाव

असला, तरच स्थानिक स्वराज्य संस्थेपासून केंद्र सरकारपर्यंत आणि शिपायापासून अगदी केंद्रीय मंत्र्यापर्यंत माणसे कशी उत्साहाने कामे करतात, याची असंख्य उदाहरणे सांगून आणि त्यामुळे देशात जनतेसाठी किती मोठमोठी कामे झाली, याचा तपशील वर्णन करून त्यांनी आपले हे उद्‌बोधक भाषण आवरते घेतले.

अशी अनेक भाषणे झाली. अनेक विषयांची नवीन नवीन माहिती श्रोत्यांना ऐकावयास मिळावी, अशी व्यवस्था या फेस्टिव्हलने केलेली होती. 'बंडल आयोग' हा राजकारणात किती आवश्यक आहे, हे एकाने आवर्जून सांगितले. 'बंडल आयोग' म्हणजे थापा मारण्याची कला आणि प्रत्येक पुढाऱ्याला या कलेत पारंगत असावेच लागते, हा त्यांचा मुख्य सूर होता.

आपले पुढारीपण टिकवायचे असेल, तर प्रत्येक पुढाऱ्याने कलेत बलदंड निष्णात झालेच पाहिजे. लोकांना वाटेल ती आश्वासने देताना त्याने मागेपुढे पाहता कामा नये, हा मुद्दा वक्त्यांनी अगदी ठासून ठासून सांगितला. एका वर्षात स्वराज्य या घोषणेपासून या बंडल आयोगाच्या कामाची सुरुवात झाली आणि 'गरीबी हटाव', 'शंभर दिवसांत महागाई बंद', 'काम करणारे सरकार' या सुंदर घोषणांचा जन्म कसा झाल; येथपर्यंतचा सर्व रोमहर्षक वृत्तान्त वक्त्यांनी फार मार्मिकपणे विशद केला. 'दारुबंदी का व कशासाठी?' याही विषयावर एक व्याख्यान आयोजित केले होते; पण दुर्दैवाने वक्तेच स्वत: जास्ती झाल्यामुळे बोलण्याच्या स्थितीत नव्हते, म्हणून तेवढे भाषण मात्र होऊ शकले नाही. बाकी सर्व व्याख्याने सुरळीत पार पडली.

उद्‌घाटनाला आणि नाचगाण्याच्या कार्यक्रमाला लोकांनी गर्दी केली असली, तरी भाषणाच्या कार्यक्रमाला लोक जवळजवळ नव्हतेच. परिसंवादाच्या कार्यक्रमाला तर चर्चेत भाग घेणाऱ्या वक्त्यांशिवाय दुसरे कोणी चिटपाखरूही मंडपात नव्हते, त्यामुळे हा परिसंवाद फारच रंगला. वक्त्यांनी एकमेकांवर चांगलेच तोंडसुख घेतले. एकदा तर 'शांतता आणि सुव्यवस्था' या मुद्द्यावर चर्चा चालू असताना दोन वक्त्यांत प्रत्यक्ष मारामारीच झाली. त्यामुळे कार्यकर्त्यांनाच शांतता प्रस्थापित करावी लागली. या फेस्टिव्हलमधे स्थानिक कवींचे एक कविसंमेलनही आयोजित करावे, अशी काही उत्साही कवींची मागणी

होती; पण या कार्यक्रमास श्रोते तर येणारच नाहीत, पण आम्हीही मंडपात फिरकणार नाही, असे सर्व कार्यकर्त्यांनी बजावून सांगितल्यामुळे कविसंमेलनाचाही कार्यक्रम शेवटी बारगळला.

एकूण हे फेस्टिव्हल उत्तम रीतीने पार पडले. एकच गोष्ट सर्वांच्या नंतर लक्षात आली. हे फेस्टिव्हल म्हणजे एक प्रकारचा गणपती उत्सव हे ध्यानात न राहिल्यामुळे गणपतीची मूर्ती आणायची आणि तिची रीतसर प्राणप्रतिष्ठा करावयाचे राहूनच गेले. पुढल्या वर्षी ही लहानशी उणीव भरून काढली जाईल, असे दादासाहेब उंडगे यांनी जनतेला आश्वासन दिले आहे.

◆

गोपाळने ते पत्र एकदा वाचले, डोळे मिटून ते खाली ठेवले, पुन्हा उचलून बारकाईने वाचले. त्याने सुस्कारे सोडीत असा प्रकार चार-पाच वेळा तरी केला असावा. वास्तविक त्या पत्रात काही विशेष दिलफोडक बातमी होती, अशातला भाग मुळीच नव्हता. त्याचा जानी दोस्त किलबिले याच्या बहिणीचे तंजावरला लग्न होणार होते. त्याला येण्याचे आग्रहाचे निमंत्रण त्या पत्रात गणपतने दिले होते. सोबत लग्नपत्रिका होतीच.

मद्रासमध्ये 'चिटॉल अँड गेन्सर्स' या नावाची जी अवाढव्य युरोपियन फर्म आहे, तिच्यामध्ये गोपाळ टायपिस्टचे काम करीत होता. वुडस्टोन हे नाव धारण करणारा एक इरसाल महात्मा त्या कंपनीचा मॅनेजर होता. अतिशय खाष्ट आणि तऱ्हेवाईक अशी ती स्वारी होती. पगारवाढ आणि

७.
जुळ्या भावांची गोष्ट

रजा या बाबतीत त्याची मान्यत मिळवता मिळवता कारकून रडकुंडीला येत असत. पाहिजे त्या वेळी रजा झटकन् मिळाला आहे, असा भाग्यशाली प्रसंग ऑफिसातील तमाम कारकुनांपैकी एकालाही आठवत नव्हता.

गोपाळ अगदी गोंधळून गेला होता. तंजावरला लग्नाला जाऊन, मजा करून निवांतपणे परत यायचे, म्हणजे व्यवस्थित एक आठवड्याची रजा काढणे आवश्यक होते; पण वुडस्टोनसाहेबापुढे जाऊन रजा मागणे आणि दगडावर डोके फोडणे सारखेच परिणामकारक होते! वुडस्टोनसाहेबाकडे जाऊन रजामंजुरीची अपेक्षा ठेवणारा माणूस जगातील सर्वांत मोठा आशावादी असला पाहिजे, हा त्याचा खाजगी सिद्धान्त, आपल्या समव्यवसायी कारकून-मंडळींना सांगून त्यानेच कितीतरी वेळा हसण्याचा खोकला पिकविला होता. छत्! साहेब आपल्या अर्जाकडे ढुंकूनदेखील पाहणार नाही, याची त्याला मनोमन पूर्णपणे खात्री होती. ही सनदशीर आघाडी पूर्णपणे कुचकामी होती. त्याने आपले डोके जोरजोराने खाजवायला सुरुवात केली.

दुपारी दोनच्या सुमारास त्या ऑफिसात नेहमीच अगदी कमालीची शांतता असे. आजही या वेळी संपूर्ण शांत, नि:स्तब्ध वातावरणात काम चालू होते. तोच एकाएकी सगळे कारकून आपले काम अर्धवट टाकून घाबऱ्याघाबऱ्या उठले व आमच्या टायपिस्टशेजारी गोळा झाले. गोपाळला जबरदस्त मूर्च्छा येऊन तो पडला होता! हातापायांची हालचाल होत नव्हती. संपूर्ण निश्चेष्ट अवस्थेत गोपाळ उताणा पडला होता. निरनिराळ्या उपायांनी त्याला शुद्धीवर आणण्याचा प्रयत्न कारकून-मंडळी करू लागली, पण गोपाळची बेशुद्धावस्था जबरदस्त होती. तो असल्या किरकोळ उपायांनी शुद्धीवर येतो थोडाच! होताहोता ही बातमी मॅनेजरच्या कानावर गेली आणि वुडस्टोन टाकोटाक धावतच तिथे आला.

हेडक्लार्क एगोरॅमसाहेबांनी त्याची नाडी चाचपल्यासारखी केली आणि ते काहीतरी मनाशीच पुटपुटले. नंतर त्यांनी मॅनेजरकडे तोंड वळविले आणि म्हटले, "मला वाटतं, अतिशय अशक्तपणामुळं हा प्रकार घडला असावा. त्याच्या मेंदूला अशक्तपणा आलेला दिसतो."

हेडक्लार्कचे सारे बोलणे गोपाळला ऐकू येत होते आणि तो मनातल्या मनात खिदळतही होता. त्याने एगोरॅमला मनापासून धन्यवाद दिले आणि स्वत:ची योजना तडीला गेल्याबद्दल स्वत:चीच मनातल्या मनात पाठ थोपटली.

थोड्या वेळाने गोपाळने मॅनेजरसाहेबांच्या खास खोलीत प्रवेश केला आणि वुडस्टोनला जोरदार सलाम ठोकला. "माझी प्रकृती फार अशक्त झाली आहे, साहेब! मला कमीतकमी एक आठवड्याची रजा आवश्यक आहे, म्हणजे मी पूर्णपणे विश्रांती घेऊ शकेन. तरी कृपा करून एका आठवड्याची रजा मंजूर करावी, अशी विनंती आहे." गोपाळ नम्रपणे बोलला.

वुडस्टोनसाहेबांचे हृदय आश्चर्यकारक रीतीने कळवळले. गोपाळचा तो खोल गेलेला दीनवाणा आवाज आणि मघा पाहिलेली त्याची अवस्था यांनी त्यांचे हृदय विद्ध होऊन गेले होते. त्यांनी जरा वेळ गोपाळकडे निरखून पाहिले आणि म्हटले, "अच्छा, अच्छा! रजा मंजूर केलीय मी, पण पूर्णपणे विश्रांतीच घे हं या रजेत. उगीच कुठं हिंडताना दिसलास तर याद राख."

“हॅ हॅ साहेब! असं कसं होईल?” गोपाळ आदबीने दात विचकून म्हणाला. त्याचे काम झाले होते! त्याने साहेबांचे आभार मानून आपला रस्ता सुधारला. आपले हृदय आनंदाने आतल्या आत नाचत आहे, असे त्याला वाटू लागले. आता आठवडाभर चैन, मजा करायची! त्याने रात्रीचीच गाडी पकडली आणि तंजावरला धूम ठोकली.

तंजावरला लग्नाचा समारंभ अगदी धुमधडाक्याने साजरा झाला. दोघा मित्रांनी खूप गप्पागोष्टी केल्या, ते गावातून मनसोक्त भटकले आणि त्यांनी चिक्कार चैन केली. अशा मजेत चारपाच दिवस कसे गेले, त्याला कळलेसुद्धा नाही.

रजा संपायला दोन दिवस राहिले होते. तिसऱ्या दिवशी साडेनऊ वाजता गोपाळला आपल्या ऑफिसात नेहमीप्रमाणे उपस्थित होणे भाग होते. हा विचार मनात आला, की त्याला पुन्हा अस्वस्थता वाटे; पण त्याला त्याचा इलाज नव्हता. शनिवारी रात्री तंजावरहून निघायचे आणि रविवारी सकाळी मद्रासला पोहोचायचे, असा त्याने बेत आखला होता. म्हणजे रविवारी विश्रांती घेऊन प्रवासामुळे आलेला सगळा शिणवटा घालविता येईल, आणि सोमवारी अगदी व्यवस्थित ऑफिसला जाता येईल, असा त्याचा हिशेब होता.

त्रिचनापल्लीहून मद्रासला जाणारी इंडो-सिलोन एक्सप्रेस रात्री दहा वाजता जेव्हा तंजावरच्या प्लॅटफॉर्मवर येऊन उभी राहिली, तेव्हा सगळीकडे विलक्षण गर्दी उसळून राहिली होती. माणसांचे अगदी बेमाप पेव फुटल्यासारखे दिसत होते. बायका, माणसे, मुले-शेकडो प्रकारचे उतारू जागा मिळविण्याची धडपड करीत इकडेतिकडे जोराची धावपळ करीत होते. एकमेकांना चेंगरीत, धक्काबुक्की करीत, एवढीशी का होईना जागा मिळावी, याबद्दल जो तो निकराची कोशीस करीत होता आणि जागा मिळाल्यावर वैकुंठाला सदेह गेल्याइतका आनंद ज्याला-त्याला होत होता. गोपाळही हातात पिशवी घेऊन जागेच्या अपेक्षेने इकडेतिकडे गडबडगुंडा करीत होता. ‘माणसाला केवढ्या जागेची जरुरी आहे’ या विषयावर एखादा टॉलस्टायी निबंध लिहिण्याइतकी सामग्री आपल्याजवळ आता गोळा झाली आहे, याची त्याला खात्री पटली.

डब्यातल्या गर्दीकडे धावती नजर टाकीत टाकीत तो जोराने पुढे पळत होता. तेवढ्यात धाडदिशी त्याच्या अंगावर कुणीतरी पडले. तो

दचकून पुढे पाहतो, तो आठदहा वर्षांचा पोरटा कसलेसे सामान घेऊन धडपड करीत उभा राहिलेला दिसला.

"काय रे, दिसत नाही का लेका?" तो खेकसून बोलला.

"तुम्हाला तर दिसत होतं ना?" तो 'बच्चा वकील' म्हणाला.

त्याच्या थोबाडात एक ठेवून द्यावी, असा मौजेचा विचार त्याच्या मनात आला; पण या भानगडीत गाडी चुकेल, म्हणून राग आवरता घेऊन तो पुढे जाऊ लागला तोच त्या पोरानं त्याला पुन्हा हटकले, "साहेब–"

"आँ!" तो आश्चर्याने बोलला, "पुन्हा काय लेका?"

"साहेब, पॉलिश करायचं आहे?"

तो पोरटा महात्म्याची स्थितप्रज्ञता दाखवीत बोलला.

झाले. आता गाडी सुटायला फक्त पाच मिनिटे अवकाश होता. एवढ्यात जागा पकडणे आवश्यक होते. "क्काय कार्टं आहे!" असा निषेधाचा सौम्य उद्‌गार काढून त्याने तिथून काढता पाय घेतला.

या गोंधळात फस्ट क्लासच्या डब्याकडे आपण वेंधळ्यासाखे बघत आहोत, हे त्याच्या लक्षात आले. थर्डच्या डब्याकडे धूम ठोकावी, म्हणून तो वळणार, इतक्यात पाय डिंकाने चिकटविल्यासारखे तो जागच्या जागी उभा राहिला! त्याचे मॅनेजर वुडस्टोनसाहेब काहीतरी खातखात खिडकीतून डोक बाहेर काढून त्याच्याकडे बघत होते!

त्याचा आपल्या डोळ्यांवर विश्वासच बसेना. त्याने दंतपंक्ती बाहेर काढीत व जिवणी रुंदावीत चिडून स्वत:शी म्हटले, हा लेकाचा इथे कशाला कडमडला कुणाला ठाऊक! आता आमचं बेंड बाहेर फुटलं नाही, म्हणजे मिळवली! पण हा इथे कसा आला? आणि मग त्याच्या लक्षात आले, की तंजावरच्या शाखेला तिमाही भेट देण्यासाठी साहेब इथे आला असला पाहिजे आणि आताच्या गाडीने परत मद्रासला निघाला असावा. 'छे! छे! मला इथनं पळ काढलाच पाहिजे.'

"हे ! यू गोपाळ टायपिस्ट!" त्याला साहेबांचे गुरगुरणे ऐकू आले.

अखेर तो ज्या कर्माला भीत होता, ते घडलेच! गोपाळने आश्चर्यातिशयाचा आव आणून मागे वळून पाहिले. होय, वुडस्टोनसाहेबच त्याला बोलावीत होता!

एखाद्या पुतळ्यासारखा निश्चल उभा राहून त्याने मनातल्या मनात त्या प्रसंगावर तोड काढण्यासाठी क्षणभर विचार केला आणि आपण जशी काही हाक ऐकलीच नाही, असा आविर्भाव आणून सराईत बेरडासारखा निर्विकार मुद्रेने तो पुढे चालू लागला.

"हे, यू गोपाळ, कम हिअर!" साहेब खवळून ओरडला.

गोपाळ मागे फिरला व त्याने वुडस्टोनकडे अनोळखी भावाने नजर टाकली आणि शांतपणे विचारले, "तुम्ही मला हाक मारलीत काय?"

"येस, यू फूल! हाक मारलेली ऐकू आली नाही काय टोणग्या?"

"हां हां! टोणग्या कुणाला म्हणता, साहेब? जरा जपून बोला!" गोपाळने दम दिला.

साहेब चाट होऊन त्याच्या तोंडाकडे आश्चर्याने बघू लागला.

"पहिली गोष्ट अशी आहे, की तुम्हाला पाहिजे तो गोपाळ मी नव्हे!" गोपाळ आवाज खालच्या पट्टीत आणून म्हणाला, "तुमची काहीतरी चूक होत आहे. माझ्यासारख्या अनोळखी माणसाला तुम्ही का हाका मारीत आहात आणि शिव्या देत आहात, त्याचं कारण मला समजत नाही. मी इथला सर्वांत मोठा फ्रुट-मर्चंट आहे. उत्कृष्ट गोवा फ्रुट्स आणि कॅश्यूनट्स माझ्याच फर्ममधून बाहेरगावी पाठविली जातात."

आपल्या बोलण्याचा साहेबावर काय परिणाम होत आहे, हे गोपाळ अगदी बारकाईने टक लावून पाहत होता; त्याला पाहिजे होता, तो परिणाम हळूहळू घडून येत होता; मशारनिल्हे साहेबमजकूर आणि त्यांचे चिमुकले डोके गोंधळून गेले होते. या यशाने उत्तेजित होऊन गोपाळ अधिक अवसानाने पुढे बोलला, "खरं सांगायचं म्हणजे तुमच्याकडे या चुकीचा दोष आहे, असं नाही. माझा भाऊ गोपाळ आणि मी जुळे भाऊ आहोत. अगदी विलक्षण सारखेपणा आमच्या दोघांत आहे. आमचा आवाजसुद्धा सारखा आहे. तुमची चूक होणं साहजिक आहे. लक्षात घ्या, की गोपाळ मद्रासमधे कुठल्याशा युरोपियन फर्ममध्ये नोकरीला आहे. मला वाटतं, त्या फर्मचे नाव 'चीट ऑल अँड गेनर्स' का असंच काहीतरी आहे. तिथे तो मूठभर रुपड्यांवर टायपिस्ट म्हणून काम करतो. खरोखर अगदी भिक्कार नोकरी आहे ती. माझ्या फर्ममधल्या कारकुनांना त्याच्यापेक्षा जास्ती पगार आहे. काय सांगावं तुम्हाला!

मागच्याच आठवड्यात त्याचं पत्र आलं होतं – प्रकृती बरी नाही म्हणून एक आठवड्यांची रजा घेतली आहे. मीसुद्धा त्याला भेटायला म्हणून पुढच्या आठवड्यात मद्रासला जाईन म्हणतो. माझं नाव बाबूराव आहे. खरंच, विसरलोच की! तुम्ही आपली ओळख नाही करून दिलीत?''

''माझं नाव वुडस्टोन!'' साहेब आश्चर्यानं त्याच्याकडे बघत म्हणाला, ''ज्या फर्ममध्ये तुमचा भाऊ टायपिस्ट म्हणून आहे, त्याच फर्मचा मी मॅनेजर आहे.''

''आँ!'' बाबूरावांना विलक्षण विस्मय वाटल्यासारखा दिसला. ''अरे वा! अलभ्य लाभ झाला बुवा आज! तुमची योग्यता मला माहीत नव्हती.''

''जाने दो.'' साहेब खूश होऊन बोलला.

याच वेळी गार्डने शिटी वाजवून गाडी हालण्याची सूचना दिली...

''पुढंमागं तुमची गाठ पडली तर मला फार आनंद होईल... थँक यू!'' गोपाळ म्हणाला आणि साहेब दृष्टिआड झाला, ही संधी साधून घाईघाईने एका डब्यात घुसला.

दोन दिवसांनी गोपाळने मॅनेजर साहेबांच्या खोलीत प्रवेश केला. हातात फळांची करंडी होती. ती अदबीने तिथे ठेवीत तो म्हणाला, ''आठवड्याच्या रजेमुळं माझी प्रकृती खूपच सुधारली आहे. रजा दिल्याबद्दल मी आपला आभारी आहे. ही फळांची करंडी माझ्या भावानं तंजावरहून खास तुमच्यासाठी पाठविली आहे... अं... तुमची त्याची तंजावरच्या स्टेशनवर गाठ पडली होती, असं त्यानं मला लिहिलं आहे. खरं का साहेब? ही करंडी तुम्हाला द्यावी, असं त्यानं मला बजावून बजावून लिहिलं आहे. बाकी आम्हा दोघांतलं साम्य पाहून तुम्हाला अतिशय आश्चर्य वाटलं असेल, नाही? आमच्या बाबतीत तिऱ्हाईतांची फारच फसगत होते. मीच तंजावरला असणारा बाबूराव फ्रुटमर्चंट आहे, असं समजून कित्येक जण माझ्याशी बोलणी करतात. असो, गंमत झाली झालं. बराय् जातो... थँक यू, सर!''

आणि पगारवाढीचे आश्वासन घेऊन, शीळ वाजवीतच गोपाळची स्वारी हसत बाहेर आली!

◆

बाबूराव टोणगे खुडबुडकर हे ज्या दिवशी मंत्री झाले, त्या दिवशी त्यांचा आनंद त्यांच्या विशाल पोटातही मावत नव्हता. बऱ्याच वर्षांनी त्यांची राजकारणातील तपश्चर्या फळाला आली होती. बालपणापासून त्यांना तालीम या गोष्टीचे विलक्षण वेड होते. दोन्ही वेळेला आखाड्यात जाऊन जोरबैठका काढायच्या आणि घरी येऊन दुधाची चरवी तोंडाला लावायची, दोन वेळा सोडून तीन वेळा जेवायचे, याखेरीज दुसरी कोणतीही गोष्ट त्या काळात त्यांच्या डोक्यात शिरत नव्हती. घरची परिस्थिती उत्तम असल्यामुळे इतर कुठल्याच गोष्टीची काळजी करण्याचे त्यांना काही कारणच नव्हते. शाळा नावाच्या ठिकाणाबद्दल तर त्यांना तिटकाराच होता. एरवी ते शाळेकडे फिरकलेही नसते; पण शिकलेल्या माणसाला समाजात जरा मान मिळतो, असे काहीसे कानावर आल्यामुळे

८.

मंत्र्यावरील भीषण प्रसंग

ते मधूनमधून शाळेत हजेरी लावीत. शिकलेल्या माणसाला एखादी चांगली मुलगीही सांगून येते, हेही घरच्या वडील मंडळींनी त्यांना समजावून सांगितले होते. त्यामुळे शाळा सोडून देण्याचा धीर त्यांना झाला नव्हता. काही वर्षे तरी या निरुपयोगी संस्थेत काढली पाहिजेत, हे त्यांच्या मनावर पक्के बिंबले होते. म्हणून त्यांनी लिहायला, वाचायला येईपर्यंत दम धरला. इंग्रजी शाळेतही त्यांनी काही वर्षे काढली. मग मात्र त्यांनी शाळेचा नाद सोडलाआणि थेट राजकारणात उडी घेतली.

बाबूरावांनी राजकारणात शिरावे, यात काहीच आश्चर्य नव्हते. एक तर ते बेताचेच शिकलेले होते. दुसऱ्या कोणत्याही विद्येशी त्यांची पुसटशीसुद्धा ओळख नव्हती. शिवाय शरीर कमावलेले असल्यामुळे अंगात मस्तीही भलतीच होती. सारखी धिंगामस्ती, भांडणे, मारामाऱ्या यांत त्यांचा दिवसाचा बराच वेळ खर्च होई. त्यामुळे ते प्रथम 'गल्लीचे

दादा' या प्राथमिक पदवीपासून काही वर्षांतच नगराध्यक्षपदापर्यंत जाऊन पोहोचले होते. नगराध्यक्ष झाल्यावर या ठिकाणी पैशाचे मजेदार व्यवहार करण्यास भरपूर वाव आहे, हे लवकरच त्यांच्या ध्यानी आले आणि मग राजकारणावरील त्यांचा विश्वास अगदी पक्का झाला. तेव्हापासून ते पुढारीच झाले. गावातील छोटेसे क्षेत्र त्यांना अगदीच अपुरे वाटू लागले. जनतेच्या आग्रहास्तव त्यांनी सार्वत्रिक निवडणुकीत भाग घेतला आणि ते आमदार म्हणून निवडूनही आले.

आणि बाबूरावांचे नशीबच बलवत्तर! सत्तेवर असलेल्या पक्षाला त्यांच्याइतका कमी शिकलेला, कुठल्याही विषयाची कसलीच माहिती नसलेला धष्टपुष्ट आमदार त्या भागात दुसरा कुणीच दिसेना. म्हणून नव्या मंत्रिमंडळाच्या बनावात त्यांचाही नंबर ताबडतोब लागला आणि राज्यमंत्री म्हणून त्यांची निवड जाहीर झाली. मुख्यमंत्र्यांना अशीच मंडळी मंत्रिमंडळात हवी होती. डोक्याला ताप देणारे लोक शक्यतो त्यांना नकोच होते. म्हणूनही त्यांची निवड झाली असावी; पण राज्यमंत्री म्हणून गृहखाते त्यांना मिळाले हे समजल्यावर तर बाकीच्यांनाच काय, पण खुद्द बाबूरावांनाही आश्चर्याचा धक्का बसला.

मंत्री झाल्यावर त्यांचे मोठेमोठे सत्कार होणार आणि सभासमारंभातून ते रुबाबात फिरणार, हे तर उघडच होते. त्यांचे थोडेफार सत्कार तर झालेच; पण एका लांबच्या जिल्ह्याच्या गावातील पोलिसांच्या नवीन कार्यालयाचे उद्घाटन त्यांच्या हस्ते ठरले, तेव्हा तर त्यांचा आनंद त्यांच्या विशाल पोटातही मावेनासा व्हावा, यात काहीच नवल नव्हते. तसा हा पहिलाच जाहीर कार्यक्रम होता.

आज त्याच आनंदात ते वावरत होते. ज्या पोलीसखात्याशी आपले भांडण-तंटा, मारामारी एवढ्याच कारणापुरता संबंध आला, त्यांचे सलाम आपण घेणार, या कल्पनेनेच त्यांचे संबंध अंग – त्यांच्या दांडग्या पोटासहित – मोहरून आले होते. त्यांना भेटायला जनतेची गर्दी झाल्यामुळे वेळ होऊन गेली, तरी त्यांना जेवायलाही फुरसत मिळाली नव्हती. तेथे पोहोचल्यावर शासकीय विश्रामगृहातच जेवण करू असा विचार करून ते लाल दिव्याच्या आपल्या गाडीत बसले, तेव्हा पोट रिकामे होते, तरी आनंदाने काठोकाठ भरलेले होते.

आधीच देशभक्त, त्यातून उन्हाळ्याचे दिवस. त्यामुळे त्यांनी अगदी साधा पोशाख केला होता. कडक इस्त्रीचे धोतर, त्यावर पांढराशुभ्र खादीचा झब्बा आणि डोक्यावर लांबलचक, सैलशी गांधी टोपी असा पोशाख करून ते गाडीत बसले, तेव्हा वेळ न घालवता ड्रायव्हरने गाडी सुरू केली.

गाडी सुरू झाल्यावर ड्रायव्हर म्हणाला, "साहेब, वाटेत गाडी कुठं तरी थांबवावी लागेल –"

"का रे बुवा?" बाबूरावांनी आपली लांबलचक सैल टोपी पुन्हा डोक्यावर नीट बसवीत विचारले. त्यांचे डोके लहान असल्यामुळे कुठलीही टोपी त्यांना सैलच व्हायची.

"पेट्रोल घ्यायचं राहिलंय. वाटंत कुठंतरी टाकी फुल करून घेऊ या."

"चालंल."

"आज आपले पी. ए. साहेब नाहीत बरोबर?"

"काल रात्री पार्टीत मरस्तंवर जेवले ना! पोट बिघडलं त्यांचं. हागवण लागलीय म्हणून नाही आला."

"अन् बाईसाहेब?"

"त्या आज नाटकाला जाणार हैत. त्यांच्या हस्ते पारितोषिक-समारंभ है. मग त्या कशाला येतील?"

"आन् मग तुमचं भाषण?"

"ते पी. ए.नं लिहून दिलंय. पोलीसखात्याची काय ड्यूटी आसती, त्यांनी काय केलं पायजे, जंतेशी कसं वागावं... समदं लिहिलंय."

"मग हरकत नाही."

गाडी मुख्य रस्त्याला लागली तसा ड्रायव्हरने वेग वाढवला, अजून बराच दिवस होता. म्हणून लाल दिव्याची गंमत पुरेशी दिसत नव्हती, तरीपण मंत्र्यांची गाडी ओळखू येत होती. वाटेत कुठेतरी चौकात एखाद्-दुसरा शिपाई खाडकन सलाम ठोकीत होता. बाबूराव अगदी खुशीत होते. प्रत्यक्ष उद्घाटनाच्या ठिकाणी तर सगळे जिल्ह्यातले पोलीस अधिकारी गोळा झाले असतील. आपण गाडीतून उतरल्याबरोबर सलामच सलाम. नुसती बरसात होईल. आपण ऐटीत त्या सलामाचा नुसत्या मानेने स्वीकार करायचा. जेवण करायचे, जोरदार भाषण करून

पब्लिकला अगदी गार करायचे. मग ऐटीत परत फिरायचे. आग्रह केला, तरी राहायचे नाही.

बाबूराव या तंद्रीतच होते. गाडी जोरात चालली होती. उकाडा वाढला होता. एकामागून एक गावे मागे पडत होती. एकदम त्यांना भुकेची आठवण झाली. जिल्ह्याच्या गावी पोहोचायला अजून बराच अवकाश आहे, हे त्यांच्या ध्यानात आले. कुठल्याशा गावी चौकातून जात असताना जवळच्या हॉटेलातून एकदम खमंग वास त्यांच्या मोठ्या नाकात भसकन शिरला. तोंडाला पाणी सुटले. नक्की हा गरमागरम भज्यांचा वास. भजी या विषयात बाबूरावांचा हातखंडा होता. त्यात चूक होणे शक्यच नव्हते. खात्रीने हा ताज्या भज्यांचाच वास!

त्यांनी एकदम हुकूम सोडला, ''बापू, गाडी थांबव.''

बापू ड्रायव्हरनं गाडी हळूहळू थांबवली.

''काय झालं, साहेब?''

''अरे, भज्यांचा खमंग वास आलाय... आं? जा, भजी घेऊन ये त्या हॉटेलातली.'' बाबूरावांनी खिशातून पैसे काढून समोर धरले. बापू हसला. साहेबांची आवडनिवड त्यालाही थोडीशी ठाऊक झाली होती.

''किती आणू, साहेब?''

''आण एक किलोभर. कांदाभजी म्हणावं.''

''एक किलो?'' बापूने तोंड वासले. ''इतकी कशाला?''

''तुला काय करायचंय? आण म्हणल्यावर आण.'' साहेब जरबेच्या भाषेत बोलले.

रस्त्याच्या एका कडेला गाडी उभी करून बापू झटदिशी खाली उतरला आणि हॉटेलकडे गेला. देशी हॉटेलात नेहमीप्रमाणे गर्दी होती. भज्यांचा घाणा जोरात चालू होता. एक किलोची ऑर्डर म्हटल्यावर तिला प्राधान्य मिळाले. त्यातून मंत्र्याची गाडी आहे हे बापूने सफाईदार भाषेत सांगितल्यामुळे, हॉटेल मालक एकदम गडबडला. त्याने स्वत: भज्यांचा घाणा लवकर काढून आपली मदत केली. एक किलोची भजी ताज्या वर्तमानपत्रात बांधून घेऊन बापू परत गाडीकडे आला.

पुडके पाठीमागे देऊन बाबू ड्रायव्हरच्या सीटवर बसला.

''खाऊन निघायचं, साहेब? का लगेच सुरू करू गाडी?''

भज्यांचे पार्सल घाईघाईने सोडीत नामदार बाबूराव म्हणाले, "थांबायचं कशाला? आधीच लेट निघालोय आपण."

"तसं वायरलेसनं कळवलंय ना आपण?"

"कळवलं आसंलच, पण जास्त लेट नको. मी वाटंनंच खाईन. चला, निघू या."

बापूने गाडी सुरू केली. खरे म्हणजे भज्यांचा खमंग वास त्याच्याही नाकापर्यंत दरवळला होता. त्याच्याही तोंडाला पाणी सुटले होते, पण म्हणावे कसे? काही हरकत नाही. एक किलो भजी काही एकटे साहेब खाणार नाहीत. पुष्कळ शिल्लक राहतील. मग साहेब आपणहून आपल्याकडे ते पार्सल सरकवतील! आपल्यालाच ती संपवावी लागतील.

बापूला जरा उत्साह आला. त्याने त्या उत्साहात पुन्हा गाडी जोरात सुरू केली. मैलामागून मैल मागे पडू लागले. पण घंटा-दीडघंटा झाला, तरी पाठीमागून कसला आवाज नाही. शेवटी आवाज झाला, तो नामदारांनी एकदम मोठ्यांदा ढेकर दिली तेव्हाच! बापूने सहज आरशात डोकावून पाहिले. साहेबाने संबंध पार्सल रिकामे केले होते. कागदावर भज्यांचा एक तुकडा शिल्लक उरला नव्हता. वर वॉटरबॅगमधले पाणी ढोसून साहेब शांतपणे ढेकर देत होते. बापरे! एक किलो भजी साहेबांनी हादडली? कमाल झाली. बापूने पुष्कळ मंत्र्यांच्या गाड्या आजवर चालवल्या होत्या, पण एक किलो भजी खाणारा जबरदस्त मंत्री अजून त्याने कधी बघितला नव्हता.

दिवस संपत आला होता. ऊन अजूनही रणरणणारे वाटत होते. गाडीतील गुबगुबीत आसनावर बसूनही नामदार बाबूराव अस्वस्थ झाले होते. त्यांचे अंग घामेघूम झाले होते. पोटातही अस्वस्थता चुळबुळत होती. एक किलोभर भजी खाल्ल्याचा, तेही घाईघाईने – परिणाम जाणवत होता. घसाही तेलकट झाला होता. साहेबांचे सबंध शरीर घामाने निथळू लागले. मग मात्र त्यांना राहवेना. त्यांना अंगातील झब्बा काढून टाकला. रुमालाने घाम पुसला, पण त्यांच्या केसाळ अंगावर ठिकठिकाणी घामाचे पाणी साचून राहिले होते. ते सगळे पुसून काढायला त्यांना बराच वेळ लागला. उकाडा थोडा कमी वाटू लागला, पण पुन्हा झब्बा तसाच अंगावर घालण्याची इच्छा काही त्यांना होईना. तो झब्बा तसाच अंगावर नुसता पांघरून ते स्वस्थ पडून राहिले. डोक्यावरची

टोपी खाली तोंडापर्यंत सरकली. खिडकीतून थोडा वारा आत आला, तसे त्यांना जरा बरे वाटले. ते डोळे मिटून अस्वस्थ पोटाने निपचित मुद्रेने पडून राहिले. त्यांचा थोडासा डोळा लागला.

बापूने मध्येच मागे वळून पाहिले. अंगावर पसरलेला झब्बा, तोंडावर घसरलेली गांधीटोपी. मधूनमधून वरखाली होणारे विशाल पोट.

साहेब झोपलेले दिसतात. झोपू द्यात घटकाभर.

हळूहळू अंधार पडला!

तालुक्याच्या गावाबाहेर कुठेतरी एक चांगला पेट्रोलपंप लागला. बापूने गाडी पंपाच्या परिसरात नेऊन उभी केली. गाडीतून उतरून तो थेट मालकाच्या केबिनकडे गेला. मालक जाग्यावर नव्हताच. त्यांची वाट पाहत तो केबिनमध्येच थांबला. टेबलावर पडलेले एक सिनेमाचे मासिक उघडून त्यातील नट्यांचे फोटो बघत राहिला.

नामदार एकदम दचकून जागे झाले. पाहतात तो अंधार पडलेला आणि एका पेट्रोल-पंपावर गाडी उभी आहे. बापूही गाडीत नाही. तो टाकी फुल करायला खाली उतरला आहे, हे त्यांच्या लक्षात आले. त्यांनी सुस्कारा सोडला. आपल्याला बऱ्याच वेळेपासून लघुशंका लागली असल्याची शंका त्यांना आलीच होती. आणि गाडी अनायासे थांबलेली आहे, तर हे काम उरकून टाकू, असे त्यांच्या मनात आले. त्यासाठी कोठे जावे, हा काही प्रश्नच नव्हता. नामदार ग्रामीण भागातलेच होते. शिवाय थोडा अंधारही झाला होता. मग काय? 'हे विश्वचि माझे टॉयलेट-घर' असे मनाशी म्हणत त्यांनी अंगावर पांघरलेला झब्बा तसाच आसनावर पसरला. पाठीमागे एकदोन गुबगुबीत उशा होत्याच. त्यावरच तो झब्बा त्यांनी पसरला. वर पांढरी टोपी तशीच अलगद ठेवली आणि नुसत्या धोतरावर ते खाली उतरले. गाडीचे दार बंद करून लगबगीने रस्ता ओलांडून पंपाच्या आडबाजूस एका जास्त अंधाराच्या जागेकडे गेले.

पंपाचा मालक बिडी ओढायला म्हणून पंपाच्या परिसरातून जरा लांब पाठीमागे गेला होता. तो परत आल्यावर त्याने केबिनमध्ये बसून राहिलेल्या नोकराला पेट्रोल द्यायला सांगितले. बापूने टाकी फुल करून घेतली. पैशाची देवघेव केली आणि तो घाईघाईने गाडीत येऊन बसला.

दार उघडता उघडता निसटत्या उजेडात त्याला सहज दिसले. पाठीमागे साहेब अजून झोपलेले तसेच. लांबलचक झब्बा आणि तोंडावर आलेली टोपी. काही न बोलता त्याने गाडी सुरू केली. पंपावरून वळवून घेऊन मोठ्या रस्त्यावर आणली आणि भरधाव पुढे काढली. हां हां म्हणता अर्ध्या मिनिटात ती दिसेनाशी झाली.

आपले काम समाधानकारक रीतीने उरकून डुलत डुलत नामदार उघड्याबंब शरीराने परत आले आणि एकदम चमकलेच म्हणजे? आपली गाडी कुठे गेली?

डोळे चोळून त्यांनी पुन्हा एकदा इकडेतिकडे पाहिले. गाडीचा पत्ता नाही. नाही, कुठेच नाही!

एक लाल दिवा असलेली गाडी नुकतीच रस्त्यावरून वेगाने गेली, हे त्यांना एकदम आठवले. म्हणजे? हा गाढव ड्रायव्हर आपल्याला न घेता तसाच निघून गेला की काय? आपण गाडीतच आहोत, अशी त्याची समजूत झाली की काय? तसेही कदाचित असेल.

पण आता काय करायचे?

अंगावर नुसते धोतर. धड झब्बा नाही. टोपीही नाही. उघडेबंब शरीर. अशा स्थितीत जायचे कुठे? आणि नेमके काय करायचे?

साहेबांचे शरीर पुन्हा एकदा घामाने निथळले. निदान तसे त्यांना वाटले. सावकाश चालत चालत ते पेट्रोलपंपाच्या केबिनकडे आले. पैसे मोजत बसलेल्या मालकासारख्या इसमाकडे जाऊन त्यांनी विचारले.

"का हो, आत्ता एक गाडी आली होती ना, पेट्रोल घ्यायला इथे?"

मालकांनी त्या उघड्याबंब इसमाकडे कुतूहलाने पाहिले.

"हो, आली होती. का?"

"मग केव्हा गेली?"

"पेट्रोल घेतलं अन् निघून गेली लगेच –" मालकांनी रुक्ष आवाजात सांगितलं. मग ते हळूच म्हणाले, "गाडी कुणाची होती माहीत आहे?"

"कुणाची?"

"मंत्र्याची. आता कुणी नवीन मिनिस्टर झालेत बाबूराव खुडबूडकर म्हणून. एकदम चालू माणूस आहे. त्याची गाडी ही."

"कोण, ड्रायव्हर म्हणत होता का असं?" बाबूरावांनी आपला संताप आवरून धरीत विचारले.

"ड्रायव्हर कशाला सांगतोय? त्यानं फक्त नाव सांगितलं, पण आम्ही पेपर रोज वाचतो ना? सगळ्यांचं आष्टम्कोष्टम् आम्हाला ठाऊक आहे! पण तुम्ही कशासाठी चौकशी करताय?"

मीच तो बाबूरावजी खुडबूडकर, असे सांगण्याचे बाबूरावांच्या अगदी तोंडापर्यंत आले होते; पण तसे सांगून काहीच फायदा नव्हता. अगदी नालायक माणूस आहे हा पंपवाला! सगळा राग गिळून त्यांनी विचारले, "इथं पोलीसचौकी कुठं आहे जवळपास?"

पंपवाल्याने बाबूरावांकडे साशंक दृष्टीने पण न्याहाळून पाहिले.

"का हो? कुठं मारामारी करून आलात काय? वाटलंच मला. तरी म्हटलं नुसत्या धोतरावर तुम्ही इथे कसे काय आलात?"

"मला पोलीस चौकी कुठं आहे ते मेहेरबानी करून सांगा –" बाबूरावांचा आवाज एकदम चढला.

"बाईबिईची भानगड आहे का? तसं आसंल ना, तर अजाबात पोलीस चौकीवर जाऊ नका. मी सांगतो तुम्हाला. तिथला फौजदार एकदम चक्रम माणूस आहे. तो असली काही तक्रार आली ना, तर आधी तक्रार करणाऱ्यालाच बदडतो. मग तक्रार ऐकून घेतो. नका त्या भानगडीत पडू –"

"मला फक्त चौकीचा पत्ता सांगा. बाकी तुमची बडबड नको आहे." बाबूराव एकदम चिडले. पंपवाल्याची मुद्रा आश्चर्यचकित झाली.

"माझी बडबड वाटत आसली तर जा बोंबलत –" पंपवालाही चिडला. "माझ्या बापाचं काय जातंय? सरळ असे ह्या रस्त्यानं जा. एक फर्लांगावरच पोलीस चौकी आहे. एकदा हिसका खाऊन या तिथनं."

पंपवाल्याने हातवारे करून दिशा दाखवली, तेव्हा जास्त न बोलता बाबूराव तिथून तरातरा निघाले आणि त्या अंधारातही झपाट्याने पावले उचलीत रस्त्याला लागले. वाटेत एका ओलसर जागेत त्यांचा पाय घसरला आणि ते धबेलदिशी खाली आदळले. फारसे काही लागले नाही. फक्त पाठीमागील धोतराची बाजू एका काळ्याभोर चिखलाने वर्तुळाकार माखून निघाली एवढेच. दोन्ही हात मागे करून तो डाग पुसत पुसत ते तसेच घाईघाईने पुढे निघाले आणि पंधरा-वीस मिनिटांत एका पोलीस चौकीवर येऊन दाखल झाले.

चौकीवर एकच ठाणे-अंमलदार शिल्लक होते. बाकी शुकशुकाट होता. अंमलदारसाहेब हातातील तंबाखूची मळलेली चिमट तोंडात टाकण्याच्या अगदी बेतात होते. तेवढ्यात नामदारसाहेब तेथे येऊन दाखल झाले. ते येण्याच्या आधी अर्धाच तास एक दारुड्या पोलीसचौकीवर कुणीतरी धरून आणला होता. त्याला दोन दणके घालून आणि त्याच्यापेक्षाही इरसाल शिव्या हासडून अंमलदारसाहेब नुकतेच मोकळे झाले होते. तेवढ्यात एक केसाळ, उघडाबंब दांडगेश्वर माणूस चौकीत आला, हे बघून अंमलदारसाहेबांनी कपाळाला आठ्या घातल्या. आयला, हे कोण पात्र आले आणखी? हा दुसरा दारुड्या आला की काय? आजकाल साध्या माणसापेक्षा दारुड्यांची 'मेजॉरिटी' झाली आहे.

ही मूर्ती दिसल्याबरोबर अंमलदारसाहेब दरडावून म्हणाले, "ए, ए हिकडं कुनीकडं? पोलीस चौकी आहे ही. सरकारी गुत्ता न्हवं. चल हाकल –"

आता मात्र नामदार बाबूरावांचा संताप अनावर झाला. ते संतापून ओरडले, "ए, मी दारुड्या वाटलो काय तुला?"

अंमलदार खोखो करून हसला.

"मग काय, मिनिस्टर हैस काय?..."

"हाए मिनिस्टर है मी. तुज्या साहेबाला बोलाव पटकन. म्हणावं, मिनिस्टर आलेत. अर्जंट बोलावलंय."

अंमलदारसाहेबांना हसू आवरेना. मिनिस्टर? अन् असा उघडाबंब? धोतराला चिखल लागलेला? हा दारुड्या दिसत नाही. बहुतेक वेडा असावा कुणीतरी. नक्कीच वेडा.

"मिनिस्टरसाहेब, बसा इथे घटकाभर. मलाही सोबत हुईल. तंबाखू फायजे का?"

नामदार संतापाने थरथर कापत ओरडले, "खरंच मी मिनिस्टर आहे. तू कोण?"

"मी ना? मी प्राईम मिनिस्टर आहे. बसा बसा." अंमलदारांनी तंबाखू तोंडात टाकली.

बाबूराव संतापाने बेभान झाले. त्यांनी पुन्हा पुन्हा ओरडून सांगितले की, आपण खरेच मंत्री आहोत आणि ताबडतोब तुमच्या साहेबांना इथे बोलावलंय, म्हणून निरोप दे; पण अंमलदारसाहेबांनी तोंडात तंबाखूची

भलीभक्कम चिमूट टाकून जी गुळणी धरली, ती काही त्यांनी सोडली नाही. आणखी दोन-चार मिनिटे त्याने अशीच गुळणी धरून ठेवली असती, तर बाबूरावांनी बहुधा त्याचा गळाच धरून त्याच्याशी जंगी मारामारी केली असती; पण नामदारांच्या सुदैवाने स्वत: उपनिरीक्षकच तेवढ्यात फटीफटीवरून तेथे दाखल झाले. नामदारांचा चेहरा बघून ते चमकले. हा चेहरा आपण फोटोत कुठेतरी पाहिला आहे, असे त्यांना वाटले. त्यांनी जरा गंभीरपणे चौकशी केली आणि सरदहू इसम हा खराच मंत्री आहे आणि तोही गृहखात्याचा राज्यमंत्री, हे कळल्यावर ते एकदम हादरलेच. त्यांनी नामदारांची हात जोडून क्षमा मागितली. सर्व वृत्तान्त समजावून घेतला आणि ताबडतोब जीपची व्यवस्था केली. साहेब जीपमध्ये बसले. ठाणेअंमलदार भलतेच खजिल झाले होते. आता आपली नोकरी-बिकरी जाते की काय, अशी भीती त्यांना वाटत होती.

साहेब जीपमध्ये चढू लागताच ते अदबीने म्हणाले, ‘‘मागं धोतराला लई चिखल लागला है साहेब. ह्या फडक्यानं पुसून देऊ का?’’

‘‘काही नको –’’

असे रागाने पुटपुटत नामदार फ्रंटसीटवर स्थानापन्न झाले. स्वत: उपनिरीक्षक त्यांच्याबरोबर म्हणून पाठीमागे बसले. मग जीप सुरू झाली. वेगाने निघाली.

शासकीय विश्रामगृहाच्या पटांगणात जिल्हा पोलीस अधिकाऱ्यापासून हवालदारापर्यंत सर्व ताफा उपस्थित होता. संगीनधारी पोलीसही मानवंदना देण्यासाठी लायनीत उभे होते. सर्व जण मंत्र्यांच्या गाडीची वाटच पाहत होते. लाल दिव्याची गाडी दिसल्याबरोबर सर्व जण एकदम व्यवस्थित उभे राहिले.

गाडी विश्रामगृहाच्या आवारात येऊन थांबली. सर्वांनी खाडखाड सलाम ठोकले. एका अधिकाऱ्याने अदबीने गाडीचे मागचे दार उघडले. आतील देखावा पाहून ते हतबुद्ध झाले.

आत मागील आसनावर फक्त एक झब्बा आणि एक गांधी टोपी होती. मंत्री नावाचा महापुरुष त्या झब्ब्यात किंवा गांधी टोपीखाली कुठे दिसला नव्हता.

म्हणजे? हा काय प्रकार? गाडीतले मंत्रिमहोदय गेले कुठं?

बापू ड्रायव्हर चकित होऊन म्हणाले, ''मलाही माहीत नाही. गाडीतच होते साहेब. एकदम असे का गडप झाले, मलाही कळत नाही.''

''चमत्कारच झाला म्हणायचा!''

बरीच धावाधाव झाली. वायरलेसवरून निरोप गेले. धडाधड पोलीस स्टेशनवर फोन गेले. चौकशा सुरू झाल्या. मंत्रिमहाशयांचे नेमके काय झाले असावे, हे कुणालाच कळेना. कुणीतरी भुताटकीचीही शंका काढली. वाटेत एका वळणावर एक पडकी, जुनाट विहीर आहे, पिंपळाचे झाड आहे. एका विहिरीत एक तरणीबांड हडळ आहे. ती संध्याकाळच्या वेळी बाहेर येते आणि पुरुषमाणसाला धरून नेते. विहिरीत नेऊन बुडवते, अशीही एक खात्रीलायक बातमी एका पोलिसाने इतर मंडळींना ठामपणे सांगितली. आणखी थोडा वेळ गेला असता, तर काही जण त्या विहिरीकडे जाऊन तपास करावा लागेल की काय, या विचाराने घामेघूमही झाले असते; पण तेवढ्यात त्यांच्या सुदैवानं एक जीप विश्रामगृहाच्या आवारात शिरली आणि थांबली.

जीपमधून प्रथम पोलीस उपनिरीक्षक खाली उतरले. त्यांच्यामागोमाग एक उघडावाघडा, केसाळ अंगाचा, जाडजूड पोटाचा, एक स्थूल इसम नुसत्या धोतरावर खाली उतरला. त्यांची ओळख करून देताना उपनिरीक्षक म्हणाले, ''हेच ते नामदार बाबूराव खुडबुडकरसाहेब. आपले मंत्री.''

सर्वांनी खडाखड सलाम ठोकले. फक्त नामदारसाहेबांना ते ऐटीत स्वीकारण्याचे धाडस झाले नाही. शरमिंद्या चेहऱ्याने ते भराभर विश्रामगृहात गडप झाले.

दुसऱ्या दिवशीचा उद्घाटन-समारंभ थाटात पार पडला. नामदार मंत्र्यांचे भाषण फारच उद्‌बोधक झाले असावे. कारण भाषणाच्या वेळी सतत टाळ्यांचा गजर होत होता. नंतर मिष्टान्नाचे जेवण उरकून नामदार मंत्री ताबडतोब राजधानीकडे रवाना झाले. मात्र तत्पूर्वी पत्रकारांनी त्यांना गाठून, आदल्या दिवशी प्रवासात नेमके काय घडले होते, याविषयी बरीच माहिती मिळवली. नंतर या माहितीच्या आधारे पुढील वृत्त स्थानिक वर्तमानपत्रात प्रसिद्ध झाले.

मंत्र्यावरील भीषण प्रसंग टळला.

"...अत्यंत विश्वसनीय गोटातून आम्हाला मिळालेली माहिती अशी आहे की, नामदार मंत्रिमहोदयांची गाडी एका पेट्रोलपंपापाशी थांबलेली होती. नामदार गाडीत एकटेच होते. पेट्रोलपंप लुटण्यासाठी त्याच वेळी तेथे असलेल्या एका सशस्त्र दरोडेखोरांच्या टोळीने आधी या गाडीवर हल्ला करून नामदारांना बाहेर बोलावले. नामदारांनी हे अंधारातील आव्हान स्वीकारून त्यांच्याशी झटापट केली आणि एकट्याने त्यांच्याशी शौर्याने सामना केला. त्यामुळे पेट्रोलपंप लुटण्याचा दरोडेखोरांचा बेत हुकला आणि त्यांनी पलायन केले. गडबडीत त्यांचा झब्बा फाटला आणि गांधीटोपीही कुठेतरी गायब झाली. खरोखरीच त्यांच्या या पराक्रमामुळे केवळ एक धाडसी दरोडा घडू शकला नाही. पोलीसखात्याने जरी या गोष्टीबाबत कानावर हात ठेवले असले, तरी खरा प्रकार असाच घडला असल्याचे अनेकांचे म्हणणे आहे. आम्ही मंत्रिमहोदय बाबूराव खुडबूडकर यांच्या या धाडसाचे मन:पूर्वक कौतुक करून अभिनंदन करतो..."

◆

शाळा सुटून बराच वेळ झाला होता. वर्गाचे दरवाजे केव्हाच बंद करून शाळेचा शिपाई बाहेर गेला होता. नाही म्हणायला शाळेचे सभागृह तेवढे उघडे होते आणि बाहेरच्या पटांगणात दहा-बारा पोरे फुटबॉल खेळत होती. त्यांचा आरडाओरडा एकसारखा चालला होता. बाकी कुठेही कुणी दिसत नव्हते.

सभेची वेळ संध्याकाळची सहाची होती, पण ठीक सहा वाजता सभागृहात कुणीही नव्हते. सहा वाजून गेल्यावर दोन माणसे सभागृहात डोकावली. त्यांपैकी एकाच्या हातात फोटो होता. दुसऱ्याच्या हातात फुलांचा पुडका होता. इकडे-तिकडे थोडा वेळ पाहून त्यांनी हॉलमधील एक खुर्ची ओढून घेतली. त्यावर फोटो ठेवला. दुसऱ्याने हातातला पुडका उलगडला. त्यातला हार त्या फोटोला घातला.

९.

एका शोकसभेचा वृत्तान्त

"आता काय राहिलं, बंडोपंत? फोटो झाला, हार झाला."

बंडोपंत म्हणविणाऱ्या गृहस्थांनी या प्रश्नाचे उत्तर बराच वेळ दिलेच नाही. खिशातले बिडीचे बंडल काढून त्यांनी त्यातली एक बिडी पेटवली. एक-दोन मनसोक्त झुरके घेत ते हॉलच्या दारात उभे राहिले. पोराच्या खेळाकडे थोडी नजर टाकून तोंड वाकडे करून म्हणाले, "हा शाळेचा शिपाई म्हणजे अवलाद आहे अगदी, रामभाऊ! नेमका कामाच्या वेळी गडप. लेकाच्यानं झाडलंय का नाही कुणास ठाऊक! पण निदान मोठी सतरंजी तरी टाकून ठेवायची. आले एवढ्यात लोक, म्हणजे त्यांनी बुडं टेकायची कुठं?"

रामभाऊंना बंडोपंतांसारखे कसलेही व्यसन नव्हते. फक्त नाकात अंगठा घालून नाक मधूनमधून स्वच्छ करण्याचा नाद होता. आत्ताही उजव्या हाताचा अंगठा इष्ट ठिकाणी ठेवून ते म्हणाले, "पण लोक कुठले इतक्या लवकर यायला?"

"नाही हां. आज चीफसाहेबांनी मुद्दाम व्यवस्था केलीय."

"कशाची? लोकं बोलावण्याची?"

"तर! करायलाच पाहिजे की. सगळ्या मुनिशीपल शाळेतल्या मास्तरांना इकडं हजर राहायला बजावून सांगितलंय. तोंडी हुकूमच दिलाय म्हणानात ना!"

"हा. मास्तरमंडळी येतील. ती जाताहेत कुठं?"

"आपला मुनिशीपालटीतला सगळा स्टाफ बोलावलाय."

"ते हळूहळू येतील."

"शिवाय गावातल्या प्रतिष्ठित मंडळींना मुद्दाम सर्क्युलर पाठवून कळवलंय."

"ते कुणी येत नाहीत, बंडोपंत."

"न का येईनात. कुठूनतरी पाचपन्नास माणसे जमली म्हणजे सुटलो."

"हां, हे बाकी खरं."

एवढे संभाषण झाले. आणखी पाचदहा मिनिटे गेली. मग शाळेचा शिपाई फाटकातून आत आलेला दिसला. त्याबरोबर रामभाऊ खेकसून बोलले, "का रे बुवा, सतरंजी-बितरंजी टाकायचा विचार आहे की नाही? का लोक सगळे जमून सभा झाल्यावर तू त्यांच्या डोक्यावर अंथरणार आहेस?"

शाळेच्या शिपायाने ही काही पहिलीच सभा पाहिलेली नव्हती. अशा अनेक सभा आणि अनेक सार्वजनिक कार्यकर्ते त्याने पचवले होते. त्यामुळे या सरबत्तीने तो बिलकूल डगमगला नाही. संथपणे चालत येऊन त्याने हॉलमधील वस्तुस्थिती प्रत्यक्ष डोळ्यांनी पाहिली. तोंडावर आश्चर्य प्रकट केले.

"सतरंजी? सतरंजी टाकायचं काई बोलले न्हाईत हेडमास्तरसाहेब."

"अरे, पण सभा आहे इथे, एवढं तर माहीत आहे ना तुला?"

"व्हय."

"मग?"

"मला साहेब म्हणाले की, तू हाल उघडून ठीव. बाकीचं ती माणसं बघून घेत्याल म्हणून! सतरंजी टाकू या का? मग तसं सांगा की."

"टाक टाक लवकर."

शिपायाने मग कुठलीतरी खोली उघडली. तिच्यातून एक भली दांडगी सतरंजी बाहेर काढली. ती खांद्यावर टाकून हॉलमध्ये आणली, तोपर्यंत दोन-पाच श्रोते जमलेले होते. त्यांना बाजूला होण्याचा हुकूम करून स्वारीने तिचा पडदा उलगडला. नंतर सतरंजी अशा तऱ्हेने झाडली, की तिच्यात बरेच दिवस साठलेला सगळा केर खाली उधळला. सगळ्या हॉलमध्ये पसरला. खुर्चीवरच्या त्या फोटोवरही धुराळा झाला. गोळा झालेली दोनपाच माणसे ताबडतोब हॉलच्या बाहेर पडली. मग त्याच सतरंजीने खालची धूळ बाजूला सारण्याचा प्रयत्न करून अखेर बसण्याची व्यवस्था करण्यात आली.

हॉलमधील धुराळा कमी झाल्यावर सगळे जण आत येऊन बसले. कुणी सतरंजीवर अगदी पाठीमागे बसले, तर कुणी भिंतीला टेकून राहिले. हळूहळू आणखीही माणसे जमली. त्यांची आपसात कुजबूज सुरू झाली. बाहेर मुलांचा खेळ चालला होता. आरडाओरडाही चालूच होता. तेवढ्यात हेडमास्तर आले. सभेची सगळी व्यवस्था झाली आहे, हे पाहून ते संतुष्ट चित्ताने अगदी पुढे जाऊन बसले. त्यांच्यामागून नगरपालिकेचे उपाध्यक्ष आले. काही मेंबरलोक आले, इतरही कुणी कुणी आले आणि हॉल भरल्यासारखा दिसू लागला. खरे म्हणजे आता सभा सुरू व्हायला हरकत नव्हती, पण देशभक्त नानासाहेब अजून आले नव्हते. नानासाहेब हे 'नानासाहेब' तर होतेच; पण गावातील एक सुप्रसिद्ध देशभक्त होते. कुठलाही कार्यक्रम त्यांच्याशिवाय पार पडणे शक्यच नव्हते. ते उत्तम वक्ते होते. स्वातंत्र्याच्या चळवळीपासून स्मशानातील भाषणापर्यंत त्यांची सर्वत्र भाषणे होत. आणि ती गाजल्याशिवाय राहत नसत. त्यातून ते जन्मसिद्ध अध्यक्षांपैकी एक होते. नानासाहेब गावात असल्यानंतर कुठल्याही सभेला दुसरा कुणी अध्यक्ष झाल्याचे माहीतच नव्हते. या सर्व कारणांमुळे त्यांची वाट पाहत ताटकळणे प्राप्तच होते.

पाच-दहा मिनिटे गेल्यावर स्थानिक वर्तमानपत्राचे संपादक अण्णासाहेब रामभाऊंना हाक मारून खाजगी सुरात म्हणाले, "नानासाहेबांना बोलावणं पाठवलंय ना? माणसं फार वेळ ताटकळली, तर जातील निघून हा एकेक! मी आधीच इशारा देऊन ठेवतो.''

रामभाऊंनी गोरेमोरे तोंड केले.

“आता कसं करायचं, अण्णासाहेब, तुम्हीच सांगा. बोलावणं पाठवू नका, मी परस्पर येतो म्हणाले. कुठं को-ऑपरेटिव्ह बँकेत त्यांचं भाषण आहे. तिथून ते महिलामंडळात जाणार होते –”

“तिथून परस्पर इकडं येणार आहेत?”

“न...नाही. महिलामंडळातलं भाषण आटोपून कुठल्याशा दुकानाच्या उद्‌घाटनाला जायचं म्हणाले. ते झाल्यावर इकडे येणार आहेत. येतो म्हणालेत पण नक्की.”

“आनंद आहे! एकदा चांगलं फैलावर घेतलं पाहिजे!”

संपादक चडफडत जागच्या जागी बसून राहिले. उपाध्यक्षांनी तेवढ्यात सरकून त्यांच्याशेजारी आसन ठोकले. मग दोघांनी मिळून भावी नगराध्यक्ष कुणी व्हावे याविषयी वाटाघाटी केल्या. हेडमास्तरांनी त्यांच्याकडे कान लावले. बाकीचे आपले उगीच बसून राहिले. हॉलमधल्या भिंतीवर लावलेल्या चारपाच फोटोंतील माणूस न् माणूस त्यांनी न्याहाळून पाहिला. अशी आणखी पंधरा-वीस मिनिटे गेली. मग नानसाहेब आले. हातातील काठी कोपऱ्यात ठेवून त्यांनी सवयीने सर्वांना मिळून एकच मोठा नमस्कार केला, मग दुभंगलेल्या श्रोत्यांमधून वाट काढीत ते सरळ टेबलामागच्या एकुलत्या एक खुर्चीवर जाऊन बसले.

सभेला प्रारंभ झाला. वातावरण आता पुरेसे गंभार झाले आहे, अशी प्रत्येकाची खात्री पटली.

उभे राहून, एकदा खाकरून नानासाहेब म्हणाले, “आजचा प्रसंग मोठा विचित्र आहे. आपले नगराध्यक्ष, गावातील प्रमुख व्यापारी आणि दानशूर नागरिक शेठ छगनलाल मगनलाल यांचं नुकतंच दीर्घ आजारानंतर दु:खद निधन झालं. झाल्या गोष्टीस इलाज नाही. ही सगळी परमेश्वरी योजना आहे. त्यानं जा म्हटलं की गेलं पाहिजे. ये म्हटलं, की आलं पाहिजे –”

नानासाहेब परमेश्वरी योजनेसंबंधी आणखीही बोलणार होते, पण तेवढ्यात बाहेर खेळणाऱ्या मुलांचा आरडाओरडा एकदम वाढला. काय झाले, काय नाही, हे कळायच्या आतच फुटबॉलने एकदम खोलीच्या आत जोरात टप्पा घेतला आणि धाड्‌दिशी नानासाहेबांच्या तोंडावर स्वारी केली. त्यानंतर टेबलावर उडी घेऊन तो समोर बसलेल्या उपाध्यक्षांच्या मांडीवर जाऊन बसला.

या प्रकारामुळे सभेचे वातावरण वाजवीपेक्षा जास्तीच गंभीर झाले. नानासाहेब एकदम खाली बसले आणि रुमालाने तोंड पुसू लागले. बाकीची मंडळी गडबडली. पुढे बसलेल्यांची धांदल उडाली. त्या गडबडीत हेडमास्तरांनी उपाध्यक्षांच्या मांडीवर बसलेला चेंडू उचलला, पण चेंडूबरोबरच त्यांच्या धोतराच्या निऱ्याही हातात आल्यामुळे पुन्हा खळबळ माजली. उपाध्यक्षांनी तेथेच उभे राहून पुन्हा धोतर नेसले. हेडमास्तरांनी फुटबॉल बाहेर नेऊन आपल्या खोलीत ठेवला. बाहेर एके ठिकाणी गोळा झालेल्या पोरांना दम भरून हॉलमध्ये मागच्या बाजूला बसवले. मग हाशहूश करीत ते पुन्हा पुढे येऊन बसले.

"एवढ्यासाठीच मी म्हणत होतो, की शाळेत ही सभा नको म्हणून. भारी वाह्यात झालीत कार्टी! पण चीफसाहेबांचा आग्रह पडला –"

हे सगळे बोलणे नानासाहेबांना उद्देशून होते; पण नानासाहेबांच्या गालावर त्या चेंडूने अशी जोरात टिचकी मारली होती की, त्याच्या वेदना अजूनही होत होत्या. त्यांच्या तोंडाची दरवाजाकडची बाजूही लाल झाली होती. त्यामुळे ते जरा घुश्शातच होते. त्यांनी काहीच उत्तर दिले नाही.

दोन मिनिटे अशी भयानक गेल्यावर नानासाहेब गाल चोळीत पुन्हा उभे राहिले.

"असो. तर शेठ छगनलाल यांच्या निधनाबद्दल दुखवटा व्यक्त करण्यासाठी   आपण इथे जमलो आहेत. त्यांना आदरांजली वाहणं आपलं पवित्र कर्तव्य आहे. तर पहिल्यांदा –"

नानासाहेब थांबले. काय काय कार्यक्रम ठरला आहे, हे माहीत नसल्यामुळे टेबलाकडे पाहू लागले; पण टेबलावर कार्यक्रमपत्रिकाच नव्हती. तशी ती केलेली होती, पण ती चीफसाहेबांच्याजवळ होती आणि ते तर अजून आलेले नव्हते. रामभाऊंनी हा प्रकार खालच्या सुरात सांगितल्यावर नानासाहेबांची जरा पंचाईत झाली, तथापि न गांगरता ते म्हणाले, "ठीक आहे. तर पहिल्यांदा –"

तेवढ्यात अगदी पुढे पण जरा भिंतीलगत बसलेले धोतर, टोपी, कोट आणि चष्मा या वेशातले एक गृहस्थ उठून उभे राहिले. ते उभे राहिलेले पाहून सगळ्यांच्याच पोटात एकदम गोळा आला. कारण हे गृहस्थ दुसरे-तिसरे कुणी नसून गावातील सुप्रसिद्ध कवी 'खंडुसुत' होते.

नानासाहेबांच्या अध्यक्षपदाइतकीच खंडुसुतांचे काव्यगायन ही सार्वजनिक सभेतील एक अटळ गोष्ट होती. मघाच्या गडबडीत ते केव्हा येऊन दाखल झाले होते, त्याचा कुणालाच पत्ता नव्हता. कोणाचे काहीही म्हणणे असले, तरी खंडुसुत आपले काव्य म्हणून दाखवल्याखेरीज कधीही राहत नसत. त्यांना पाहिल्यावर नानासाहेबांसारखा खंदा वीरही हतबुद्ध होत असे.

आजही नानासाहेब बिचकलेच. शुष्क हसून त्यांनी विचारले, "काय, म्हणणार काय खंडुसुत तुम्ही कविता?"

"तयार आहे."

खणखणीत आवाज काढून खंडुसुतांनी घडी केलेला कागद तत्परतेने काढून बाहेर फडफडवला. मग सगळ्या श्रोतृवृंदाकडे त्यांनी रोखून पाहिले. मी असा बिनतयारीनिशी येणारा माणूस नव्हे, असा त्या पाहण्याचा अर्थ होता.

"ठीक आहे. होऊन जाऊ द्या. पण थोडक्यात बरं का –" नानासाहेब निरुपायाने बोलले. "तर पहिल्यांदा कवी खंडुसुत आपली श्रद्धांजली वाहतील."

नानासाहेब खाली बसले न बसले, तोच खंडुसुतांनी उडी मारून टेबलाजवळच्या जागेचा कब्जा घेतला. घसा साफसूफ केला.

"थोडक्यात आवरा बरं का –"

"अगदी थोडक्यात."

"नुसती कविता म्हणा. बाकी प्रस्तावना नको. आधीच उशीर झालाय."

"प्रस्तावना आज करणारच नाही. फक्त पार्श्वभूमी सांगणार आहे कवितेची. आज का प्रस्तावना करीत बसण्याची वेळ आहे?"

नानासाहेब हताश होऊन इकडे-तिकडे बघू लागले. खंडुसुतांनी पुन्हा एकदा घसा खाकरला. मुद्रा अत्यंत गंभीर केली.

'मित्रहो, दानशूर शेठ छनगनलाल यांचं निधन नुकतंच झालं. तेव्हापासून मी एकसारखा रडतो आहे. अगदी ओक्साबोक्शी रडावं, असाच हा प्रसंग आहे. डोळ्यांतील अश्रुधारांना चार दिवस झाले खळ नाही. अजून त्यांची सिगरेट हातात घेतलेली हसतमुख मूर्ती डोळ्यांसमोरून हलत नाही. मुनिशीपालटीच्या कुठल्याही कामासाठी त्यांच्याकडं गेलं

की, ते मला मुद्दाम बसवून घेत. काव्यगायन करायला सांगत. कामाच्या कागदावर सह्या करता करता एकसारखा काव्यरस पीत. त्यांच्या थोरल्या मुलीच्या लग्नाच्या वेळी मी पहिल्यांदाच मंगलाष्टकं केली. त्या वेळचा प्रसंग मला अजून आठवतो –''

हे शेवटचे वाक्य खंडुसुतांनी उच्चारल्यावर सगळेच अस्वस्थ झाले. शेठजीच्या थोरल्या मुलीच्या लग्नात आपण हौसेने म्हटलेली मंगलाष्टके नवरदेवाला कशी आवडली होती आणि नवरीकडे बघण्याऐवजी तो तीनतीनदा आपल्याकडेच कसा पाहत होता, नंतर शेटजींनी आपल्याला आयत्या वेळी जेवायला कसे ठेवून घेतले, त्या वेळी खाल्लेला बुंदीचा लाडू कसा अजून जिभेवर आहे, हे सगळे वर्णन खंडुसुतांनी गावातल्या प्रत्येक नागरिकाला जवळजवळ डझन वेळा ऐकवले होते. प्रत्येकाला ती कथा अगदी तपशिलासह पाठ होती. तिचा पुन्हा उच्चार केल्याने थोडेसे पुण्य मिळणार आहे, असे जर कुणी पटवून दिले असते, तर सभेतल्या जवळजवळ सर्व श्रोत्यांनी वेदांतल्या ऋचांप्रमाणे, अगदी तालासुरात ती गोष्ट घडाघडा म्हणून दाखवली असती. त्यामुळे ही गोष्ट सुरू झाल्याबरोबर सभेत चुळबुळ सुरू झाली. मागचे काही लोक झपाट्याने बाहेर अदृश्य झाले. काही जणांनी आपापल्या खिशातली व्यसने बाहेर काढली. काहींनी शेजारपाजारी कुजबुज सुरू केली. नानासाहेबांनी डोळे मिटून घेतले. कानही आपोआप मिटवता आले असते, तर तेही त्यांनी केले असते.

एवढ्या वेळात खंडुसुतांनी आपली सुरस कथा सांगून संपवली होती. तिच्या दुसऱ्या भागाला सुरुवात केली होती.

''शेटजींच्या दुसऱ्या मुलीच्या लग्नात मंगलाष्टकं करायला बोलावलं नव्हतं, हा समज खोटा आहे. त्या वेळी मी आमांशानं आजारी होतो ही वस्तुस्थिती आहे. अजूनही माझी तब्येत तशी बरी नाही –''

कंटाळून जाऊन नानासाहेबांनी डोळे उघडले. सहज खिडकीकडे नजर टाकली. चीफसाहेब चार-दोन माणसांच्या घोळक्यात बाहेरच उभे राहिलेले दिसले. त्याबरोबर पोटावरून हात फिरवीत नानासाहेब सार्वजनिक आवाजात म्हणाले, ''अहो चीफसाहेब, या ना आत. पुढं जागा आहे. या या.''

सभेच्या ठिकाणची सगळीच मंडळी खिडकीकडे बघू लागली. सभेत

थोडीशी गडबड झाली. खरे म्हणजे चीफसाहेब आणि त्यांच्याबरोबरची माणसे मघाशीच आली होती; पण खंडुसुत उभे राहिलेले दिसल्यामुळे आणखी वेळ बाहेरच काढण्याचे त्यांनी ठरविले होते; पण नानासाहेबांनी हाका मारून ही गोष्ट जगजाहीर केल्यामुळे सगळ्यांना आत येणे भागच झाले. बहुतेक मंडळी प्रतिष्ठितच होती. त्यामुळे पुन्हा माणसांची सरकासरक, हलवाहलव झाली. त्याचा फायदा घेऊन तेवढ्यात आतली माणसे बाहेर गेली. खंडुसुतांना थोडा वेळ आपली रसवंती रोखून ठेवणे भागच आले.

चीफसाहेबांनी घाईघाईने कार्यक्रमपत्रिकेचा कागद टेबलावर ठेवला, तिकडे पाहत खंडुसुत म्हणाले,

"हां, तर मी काय सांगत होतो–"

ते ऐकल्यावर चीफसाहेब कपाळाला आठ्या घालून म्हणाले, "हे पाहा कविराज, अजून पुष्कळ लोकांना बोलायचं आहे."

"बरं मग?"

"आता कविताबिविता राहू द्या तुमची. फार उशीर झालाय."

सबंध कविताच कटाप होण्याचा प्रसंग आल्यामुळे खंडुसुत जरा बिचकले. एरवी तशी त्यांनी लवकर कुणाला दाद दिली नसती; पण ते घरमालक असल्यामुळे आणि मुनिशीपालिटीत त्यांचे वारंवार काम पडत असल्यामुळे चीफसाहेबांना ते जरा दबकून असत. म्हणून भाषण गुंडाळून ठेवून ते घाईघाईने म्हणाले, "कविता म्हणायला किती वेळ लागतोय! आत्ता म्हणतो."

मग चष्मा ताबडतोब पुसून गहिवरलेल्या आवाजात त्यांनी आपली कविता म्हणून दाखविली. या करुणरसपरिलुप्त काव्याची पहिली ओळ 'मगन-गगनीचा छगनचंद्र लोपला' अशी काहीशी होती आणि शेवटची ओळ 'अहाहा! भासे काळोख दाटला मला' अशी होती. ही कविता म्हणण्यास त्यांना अवघी दहाच मिनिटे लागली. कारण काही विशेष प्रभावी ओळी आणि ध्रुपद त्यांनी फक्त चार-चार वेळा घोळून म्हटले. वेळ फार थोडा असल्यामुळे यापेक्षा अधिक काही करता आले नाही.

या दहा मिनिटांत लोकांनी पहिल्यांदा शाळेच्या हॉलमध्ये नवीन काय काय सुधारणा झाल्या आहेत, त्याचे निरीक्षण केले. नंतर देशभक्त नानासाहेब यांच्या लांब कोटाची बटणे मोजली. काहींनी हॉलमधील

प्रत्येकाच्या तोंडाकडे थोडा थोडा वेळ निरखून पाहिले. काहींनी खिडकीतून दिसणाऱ्या आभाळातील पांढऱ्या ढगांच्या खवल्यांची मोजदाद केली. अगदी शेवटच्या ओळीपाशीच एका मागच्या मुलाने मोठी जांभई दिली.

"आ...आ...ई..."

त्याबरोबर सभेत जोराचा हशा झाला. बराच वेळ अवघडल्यामुळे सगळ्यांनाच एकदम मोकळे मोकळे वाटले. त्या भरात काहींनी टाळ्याही वाजवल्या. त्याचा फायदा घेऊन चीफसाहेबांनी खूण केली, तेव्हा दोनदा ध्रुपद म्हणून खंडुसुत खाली बसले.

मग दुखवट्याच्या भाषणास खरा प्रारंभ झाला.

प्रारंभी शाळेचे हेडमास्तर बोलले. त्यांनी शेठ छगनलाल यांचा आणि शाळेचा ऋणानुबंध सांगितला. शेटजी मॅनेजिंग बोर्डातच होते. त्यामुळे त्यांची आणि आपली नेहमी गाठ-भेट होत असे आणि प्रत्येक वेळी ते शाळेच्या कारभाराचे कौतुक करीत असत, असे त्यांचे वर्णन केले. शेवटी ते म्हणाले, "शाळेला आज स्वतंत्र क्रीडांगण आवश्यक आहे. ते नसल्यामुळे मुलांची पंचाईत होते. इथल्याइथंच त्यांना खेळत बसण्याचा प्रसंग येतो. त्यामुळेच आत्ताच कोणती अनिष्ट घटना घडली, हे सर्वांना ठाऊकच आहे. तसंच एक स्वतंत्र टीचर्स-रूमही हवी आहे. सध्या आमचे शिक्षक गर्ल्स-रूममधीलच एका बाकड्यावर बसतात. त्याचप्रमाणं मुलांच्यासाठी स्वतंत्र मुताऱ्यांचीही फार आवश्यकता आहे. आज तूर्त मुलं बाहेर जात आहेत; पण मुलांची संख्या जसजशी वाढत जाईल, तसतशी ही व्यवस्था शाळेला स्वतंत्रपणेच करावी लागणार. शेटजींच्या कानावर ही गोष्ट मागेच मी घातली आहे. त्यांनी सहानुभूतीने विचार करण्याचं आश्वासनही दिलं होतं. आत्ताच मला कळलं की, आपले अध्यक्ष बाबूशेठ यांना अध्यक्ष म्हणून करायचं पार्टी-मीटिंगमध्ये ठरलं आहे. त्याबद्दल मी त्यांचं जाहीर अभिनंदन करतो आणि ते आमच्या अडचणींचा विचार करतील, अशी आशा करतो. तसं झालं, तरच शेटजींच्या अतृप्त आत्म्यास समाधान लाभेल."

एवढं बोलून हेडमास्तर खाली बसले, तेव्हा सवयीनुसार मागे बसलेल्या आठ-दहा मुलांनी टाळ्या वाजवल्या. बाकीच्यांनी त्यांच्याकडे वळून पाहिले, तेव्हा हा गजर थांबला. हेडमास्तरांच्या मुद्रेवर मात्र बरेच दैवी समाधान झळकत होते. जे बोलणे केव्हा तरी आवश्यक होते, ते बोलून टाकल्याचा भाव त्यातून व्यक्त होत होता. त्यांच्यानंतर नगरपालिकेचे

उपाध्यक्ष बाबूशेठ बोलले. भावी नगराध्यक्ष म्हणून आपला उल्लेख झाल्याबद्दल त्यांनी थोडी नापसंती व्यक्त केली. फायनल पार्टी-मीटिंग अजून व्हायची आहे आणि लोकशाही मार्गानेच जे काही व्हायचे ते होईल, सदस्यांना पूर्णपणे मतस्वातंत्र्य आहे, ही गोष्ट त्यांनी स्पष्ट केली. मग शेठ छगनलाल यांचा आपल्यावर कसा विश्वास होता आणि आपल्या हातून नगरपालिकेची भरीव सेवा घडेल, ही त्यांना कशी पुरेपूर खात्री होती, याचे त्यांनी वर्णन केले. शेठजींच्या नंतर आपणच त्यांचे वारस आहोत, हे मात्र शेटजींनी सूचित केले होते; एकदा नगरपालिकेची सर्वसाधारण सभा होती. त्या वेळी, 'बाबूशेठ, आज तुम्ही मीटींग कंडक्ट करा. मी येऊ शकत नाही.' असे शेटजींनी चारचौघांदेखत बाबूशेठना सांगितले होते. ही सगळी हकीगत उपाध्यक्षांनी नम्रपणे आणि सद्‌गदित शब्दांत जाहीर केली आणि आपले भाषण पुरे केले.

त्यांच्यानंतर आणखी एक-दोन भाषणे झाली. त्यांपैकी एक शेठजींचे बालमित्र भिकोबा हलवाई यांचे झाले. भिकोबा नगरपालिकेचे सदस्य असून स्टँडिंग कमिटीचे चेअरमन होते. त्यांनी शेठजींच्या लहानपणच्या आठवणी सांगितल्या. छगनला बालपणी चोऱ्या करण्याची सवय लागली होती. या चोरीच्या पैशातून मिठाई विकत घेऊन खाण्याची त्यांना आवड असल्यामुळे आपली त्यांची ओळख होण्याचा सुयोग जुळून आला, ही गोष्ट त्यांनी आवर्जून सांगितली. त्यांच्याच कृपेने आपण स्टँडिंग कमिटीचे चेअरमन झालो, हेही त्यांनी सद्‌गदित होऊन मान्य केले. त्यांच्यानंतर त्यांच्या घरी मुलांना शिकवण्यासाठी जाणारे एक प्राथमिक शिक्षक बोलले. शेठजींच्या बंगल्यातील वैभवाचे त्यांनी एकेक खोली क्रमाक्रमाने घेऊन वर्णन केले. प्रत्येक एक तारखेला शेठजींच्याकडून शिकवणीचे दहा रुपये बिनचूक मिळत असत, हे सांगताना त्यांच्या डोळ्यांत पाणी उभे राहिले. 'असा दाता विरळा' एवढेच बोलून ते खाली बसले.

आणखीही एक व्यापारी बोलले. "शेटजी फार हुशार होते हे सांगून आणि वक्तृत्वाचा हा आपला पहिलाच प्रयत्न आहे, तेव्हा तो सर्वांनी गोड करून घ्यावा," असे विनवून ते खाली बसले.

सभा सुरू होऊन आता बराच वेळ झाला होता. बाहेर चांगलाच अंधार पडला होता. बसून बसून लोकांच्या मांडीला रग लागली होती.

मधूनमधून कुजबूज सुरू झाली होती. लोक थोडेसे कंटाळलेले असणार, असे जाणून चीफसाहेबांनी शुक शुक करून गावातील प्रसिद्ध विनोदी नट आणि विनोदी वक्ते भोंडेगुरुजी यांना बोलण्याची खूण केली. भोंडेगुरुजींचे नाव मूळ कार्यक्रमात नसल्यामुळे अध्यक्ष देशभक्त नानासाहेब बोलण्यासाठी उभे राहात होते. तेवढ्यात भोंडेगुरुजींनी टेबलाकडे चाल केली. नानासाहेब त्यांना नकार देणार होते, पण लोकांनी टाळ्यांचा कडकडाट केल्यामुळे त्यांनी आपला राग गिळला.

"दोनच मिनिटं बरं का. उशीर झालेला आहे." असे म्हणून ते पुन्हा खुर्चीत बसले.

भोंडेगुरुजी हसतमुखाने म्हणाले, "बंधूंनो आणि बंधूंनो... इथे भगिनींपैकी कुणीच हजर नाही, म्हणून मी दोनदा बंधूंनो म्हणतो. अध्यक्षांनी मला दोन मिनिटं दिली आहेत, पण दोन मिनिटं तरी कशाला हवीत? मला एक मिनीटही पुरे आहे. अहो, एका मिनिटात जग उलथं-पालथं करता येतं. कुठलीशी लढाई कुणी तरी दोन मिनिटांच्या फरकानं जिंकली म्हणतात. असो. गडकऱ्यांनी म्हटलं आहे की, मोठेपणाचा मार्ग मरणाच्या मैदानातून जातो. शेठ छगनलाल मरणाच्या मैदानातून पलीकडे गेले आहेत. तेव्हा त्यांचा मोठेपणा आता निराळा सिद्ध करायला नको. शेटजींना आणि मला – आम्हाला दोघांनाही कलेचे वेड पहिल्यापासून. मला नाट्याचं तर त्यांना लोकनाट्याचं. यावरून त्यांचा लोकांशी संबंध होता हे उघड आहे. ते भेटले म्हणजे मी त्यांना नेहमी म्हणायचो – 'शेटजी, तुम्ही प्रकृतीनं 'सिक' पण कृतीनं 'रसिक' आहात..."

हे भाषण चालू असताना भोंडेगुरुजींच्या प्रत्येक वाक्याला हशा होत होता आणि मधूनमधून टाळ्याही पडत होत्या. सगळ्यांना कसे मोकळे मोकळे वाटत होते. चीफसाहेब तर पोट धरधरून हसले, इतके की त्या खुशीच्या भरात त्यांनी अलीकडे बसलेल्या दोघा-तिघांच्या मांडीवर सटासट चापट्या मारल्या आणि त्यांना बेजार करून टाकले.

दोन मिनिटे म्हणता म्हणता चांगली दहा मिनिटे खर्च करून आणि सगळ्यांना हसवून भोंडेगुरुजी आपल्या जागेवर गेले. त्याबरोबर चपळाई करून नानासाहेब उभे राहिले. तरीपण वातावरण स्थिर व्हायला एक-दोन मिनिटे लागलीच. त्याचा फायदा घेऊन आणखी काही माणसे मागच्या मागे गडप झाली.

अत्यंत गंभीर मुद्रेने नानासाहेबांनी आपल्या घड्याळाकडे पाहिले. मग संथ, घोगऱ्या सुरात ते म्हणाले, "आठ वाजून गेले आहेत. वेळ बराच झाला आहे. सभेचे कामही जवळजवळ संपलंच आहे. अशा वेळी आपला अधिक वेळ घेणं मला इष्ट वाटत नाही, शेठ छगनलाल यांचे आणि माझे जवळचे संबंध. त्यामुळे मी सविस्तर बोलावं अशी आपली अपेक्षा असेल; पण वेळेची मर्यादा ही पाळलीच पाहिले..."

नानासाहेबांचे हे प्रास्ताविक ऐकल्यावर जाणती माणसे चांगलीच हादरली. त्याचे कारण अगदी साधे आणि सरळ होते. नानासाहेबांनी एकदम भाषणाला सुरुवात केली, तर भाषण संपवायला त्यांना फक्त एक तास लागत असे. पण 'वेळ बराच झालेला आहे... मी फारच थोडा वेळ बोलणार आहे' ही वाक्ये जर त्यांनी प्रारंभी उच्चारली, तर मात्र बहुधा दीड तासाच्या आत ते खाली बसूच शकत नसत. निवडणुकीतील सभेतच काय, पण स्मशानातल्या सभेतदेखील त्यांनी हा विक्रम करून दाखवलेला होता. त्यामुळे गावातील बरेचसे प्रतिष्ठित लोक नानासाहेब गावात नसताना मरण्याचे पसंत करीत, असा सगळीकडे बोभाटा होता.

आपल्या भाषणात नानासाहेबांनी पहिल्यांदा काँग्रेसचा इतिहास सांगितला.पंचवीस वर्षांपूर्वी आपल्याला आणि छगनशेठला गाव काँग्रेसमय करण्यासाठी किती कष्ट पडले, त्याचा वृत्तान्त श्रोत्यांना पुरवला. नंतर सध्याच्या सरकारचे धोरण सांगणे आणि ते पटवून देणे हे क्रमप्राप्तच होते. ते झाल्यावर अनेक पंचवार्षिक योजनांचा तपशील त्यांनी जाहीर केला. जिल्हा विकास बोर्डाचे उपाध्यक्ष म्हणून आपली कारकीर्द कशी यशस्वी झाली इ. सांगत असताना कित्येक कोटीचे आकडे फटाफट् उच्चारून नेहमीप्रमाणे त्यांनी श्रोत्यांना चकित करून टाकले.

पहिल्या अर्ध्या तासात देशातील अनेक घडामोडींचे वर्णन होईपर्यंत श्रोतृवृंदातही बऱ्याच घडामोडी झाल्या होत्या. आणखी काही मंडळी मागच्यामागे पसार झाली होती. मघाची पोरे केव्हाच गेली होती. एक पोरगे तेवढे ऐकता ऐकता खाली सतरंजीवर झोपी गेले होते. हॉलमधील दिव्यांचा लखलखाट पाहून काही नवी माणसे गैरसमजाने आत शिरली होती. ती आता जागच्या जागी चुळबुळत होती. त्यांपैकी काही बेधडक उठून बाहेर गेले होते. पण जागा आहे, म्हणून चुकून पुढे जाऊन बसलेल्यांच्या तोंडावरचा भयानक पश्चात्ताप कुणालाही दिसण्यासारखा

होता. भिंतीला टेकून बसलेले काही महाभाग गुडघ्यात मान घालून चक्क डोळे मिटून झोपले होते. बाकीच्या जागे असलेल्या माणसांच्या मुद्रेवर कडकडून भूक लागल्याचा भाव ठळक दिसत होता.

या पार्श्वभूमीवर नानासाहेबांनी अर्धातास भाषण केले. सवयीप्रमाणे त्यांच्या घशाला कोरड पडली. टेबलावर तांब्या-भांडे नाही, हे त्यांच्या लक्षात आले. इकडेतिकडे पाहत ते म्हणाले, "अं... प्यायचं पाणी नाही वाटतं इथे...?"

"पाणी –" असे हळूच पुटपुटत हेडमास्तर लगबगीने उठण्याच्या बेतात होते. पण तेवढ्यात चीफसाहेबांनी त्यांना नजरेच्या इशाऱ्याने दाबले. त्याबरोबर ते पुन्हा नीट बसले. मग कुणीच काही बोलले नाही. पाणी ही गोष्ट नानासाहेबांच्या वक्तृत्वाच्या दृष्टीने फार महत्त्वाची होती, हे बहुतेक सर्वांना माहीत होते. ग्लासभर पाणी प्याल्यानंतर ते आणखी बराच वेळ बोलू शकत. त्यामुळे चीफसाहेबांनी हेडमास्तरांना दाबले. इकडे-तिकडे पाहत आश्चर्याने ते म्हणाले, "पाणी विसरलंच का शेवटी? हे आमचे लोक म्हणजे अगदी नालायक आहेत. साध्यासाध्या गोष्टीसुद्धा यांच्या टाळक्यात शिरायच्या नाहीत. आपण पुढं सुरू करा. तोपर्यंत मी करतो व्यवस्था."

मग बाहेर कुणाला तरी त्यांनी हाताने तांब्याभांड्याची खूण केली. नानासाहेबांनी बाहेर पाहिले, पण त्यांना कोणीच दिसले नाही. शेवटी निरुपायाने त्यांनी भाषणाला पुन्हा सुरुवात केली; पण आता त्यांची पट्टी बरीच खाली आली होती. कोरड्या ओठावरून जीभ फिरवीत ते म्हणाले, "छगनलाल शेटजी तर गेले. काँग्रेसचा सच्चा पाईक आज हरपला. माझा उजवा हात तुटला. स्वातंत्र्य आले आणि छगनलाल गेले. 'गड आला पण सिंह गेला' या म्हणीची मला आज आठवण होते. छगनलालना मी पहिल्यांदा काँग्रेसमध्ये आणलं, तो दिवस अजून माझ्या डोळ्यासमोर लख्ख उभा आहे. योग्य मार्गदर्शन केलं, तर हा तरुण पुढे नावारूपाला येईल, ही खूणगाठ मी त्याच वेळी बांधून ठेवली होती, ही गोष्ट आता सांगायला हरकत नाही. असो. देशाला त्यांच्या कार्याची ज्या वेळी अत्यंत गरज होती, त्याच वेळी ते आपल्यामधून निघून गेले. देवाची मर्जी. त्यांच्या निधनानं मोठी पोकळी निर्माण झाली आहे. ती कधीच भरून निघणार नाही. मघाशी कवि खंडुसुत यांनी

त्यांना चंद्राची उपमा दिली. अगदी रास्त उपमा आहे. आमची चंद्रसूर्याची जोडी म्हणजे अपूर्व गोष्ट होती. ती जोडी आता फुटली. चंद्र गेला. सूर्य राहिला. काही इलाज नाही. त्यांच्या मृत आत्म्यास शांती मिळावी एवढीच प्रार्थना आहे...''

पंधरा मिनिटे बोलत राहूनही पाणी न आल्यामुळे निरुपायाने नानासाहेबांची मृत आत्म्याबद्दल प्रार्थना केली आणि भाषण संपवून ते खाली बसले. त्याबरोबर टाळ्यांचा प्रचंड कडकडाट झाला. अवघ्या पाऊण तासात भाषण संपवण्याचा हा प्रकार सगळ्यांना इतका अभूतपूर्व वाटला की, टाळ्यांचा कडकडाट होणे ही गोष्ट अगदी स्वाभाविक होती. या कडकडाटामुळे झोपी गेलेली भिंतीलगतची काही मंडळी दचकून जागी झाली. काही जण तर उठून एकदम चालूच लागले. त्यांना शेजाऱ्यांनी हाताला धरून खाली बसवले.

रामभाऊ आणि बंडोपंत हे दोन सार्वजनिक कार्यकर्ते सभा सुरू झाल्यावर थोड्या वेळाने जे बाहेर गेले होते, ते नुकतेच परत आले होते. रामभाऊंनी तेवढ्या वेळात घरी जाऊन मुलाची शिकवणी आटोपली होती. नंतर जेवणखाण करून, थोडा वेळ विश्रांती घेऊन ते पाच मिनिटांपूर्वीच सभागृहाबाहेर उपस्थित झाले होते. स्वस्थपणे विडी ओढीत होते. बंडोपंतांनीही घरच गाठले होते. घरच्या म्हशीचे आंबोण तयार करून, ते तिच्यापुढे ठेवून आणि धार काढून ते आले होते. येण्यापूर्वी जेवण करण्याचीही दक्षता घेतली होती. दोघेही बाहेरच्या पटांगणात गप्पा ठोकीत उभे होते.

नानासाहेबांचे भाषण इतक्या लवकर संपेल, ही रामभाऊंना कल्पनाच नव्हती. त्यामुळे टाळ्यांचा कडकडाट झाल्याबरोबर ते एकदम दचकले. हातातील बिडी पटदिशी फेकून देऊन ते वेगाने पुढच्या दरवाजातून आत घुसले आणि कोटाच्या खिशात हात घालून टेबलाजवळ उभे राहिले. तोंडात गिळलेला धूर बराचसा बाहेर पडला होता; पण थोडा उरला होता, तो त्यांच्या नाकातून बाहेर निघाला. तो दिसू नये, म्हणून त्यांनी दोन्ही हातांनी ओंजळ नाकासमोर धरली. धूर जाऊ दिला. मग ते घाईघाईने म्हणाले, ''मी आभार मानण्यासाठी उभा आहे.''

पण घाईघाईने आत घुसल्यामुळे आणि खच्चून जेवून आल्यामुळे त्यांना एकदम इतकी जोराची धाप लागली की, बराच वेळ नंतर त्यांच्या तोंडून एक अक्षरही बाहेर पडले नाही. तोंड झाकून घेण्याचा प्रकार आणि

नंतरचा मुखस्तंभाचा अवतार यामुळे त्यांना फारच गहिवरून आले असावे, असे बऱ्याच लोकांना वाटले. आता हे कसले आभार मानतात, असे वाटून बरेचसे आपल्या जागेवरून उठलेदेखील; पण चीफसाहेबांचे डोळे मोठे झालेले दिसल्यामुळे रामभाऊंना एकदम कंठ फुटला.

"...तर पहिल्यांदा आभार मानायचे म्हणजे शेठ छगनलाल यांचे–" हे शब्द बोलेपर्यंत रामभाऊंना पुन्हा धाप लागली. त्यामुळे दम घेण्यासाठी ते परत थांबले. शेटजींचे आभार मानण्याचा हा काय प्रकार आहे, हे न समजल्यामुळे उभे राहिलेले चीफसाहेब परत खाली बसले आणि रामभाऊंकडे कुतूहलाने बघू लागले. शेटजींच्या फोटोकडेही काही जणांनी निरखून पाहिले. आपण भलत्याच ठिकाणी थांबलो, हे रामभाऊंच्या लक्षात आले. ते जरा गडबडले. मग चीफ साहेबांकडे न बघता त्यांनी आपली गाडी भरधाव सोडली.

"तर... पहिल्याप्रथम आभार मानायचे म्हणजे शेठ छगनलाल यांचे निधनानिमित्त ही सभा भरली, त्यांचे अध्यक्षस्थान स्वीकारल्याबद्दल देशभक्त नानासाहेब यांचे... त्यांच्याच शब्दात सांगायचे, म्हणजे चंद्र मेल्याबद्दल सूर्याने दुखवटा व्यक्त केला. असो. इतर वक्तेही बोलले. त्यांनीही आपापल्या परीने आदरांजली वाहिली. त्यांचेही आभार मानणं आमचं कर्तव्य आहे. हा हॉल सभेसाठी उदारपणे दिला, लाईटचीही व्यवस्था केली. त्यांचेही मी आभार मानतो..."

शेवटी श्रोत्यांचे आभार मानून रामभाऊ बाजूला झाले, तोपर्यंत निम्म्यापेक्षा जास्त श्रोते जागचे हलले होते. त्यांच्यामागोमाग बाकी प्रतिष्ठित मंडळीही भराभर गेली. देशभक्त नानासाहेब यांच्यासाठी त्यांचाच घरचा टांगा आला होता. त्यामुळे त्यांच्याबरोबर उपाध्यक्ष आणि हेडमास्तर दोघेही टांग्यातून गेले. कवी खंडुसुत यांनी एवढ्या वेळात आपल्या कवितेच्या चार-पाच प्रती तयार केल्या होत्या. त्यातील एक त्यांनी डोळे चोळीत उभे राहिलेल्या संपादकांच्या हातात ठेवली.

संपादक दचकून म्हणाले, "हे काय, महाराज?"

"पुढच्या अंकात सभेचा रिपोर्ट येणार आहे ना?"

"यायलाच पाहिजे." संपादक मख्खपणे पायात चपला घालीत म्हणाले, "का?"

"नाही, मग ही कविताही त्याच अंकात येऊ द्या."

"बघतो जागा असली तर. या खेपेस जाहिराती जरा जास्ती आहेत."

"नाही नाही, आलीच पाहिजे. मी शेठजींच्या घरी सांगूनच आलोय तसं. आली नाही, म्हणजे बोंबलतील पुन्हा. बघा तुम्ही आता."

"तुमचे उपद्व्याप म्हणजे –" संपादक चरफडले. "तुम्हाला हा उद्योग करायला कुणी सांगितलं होतं? कमाल झाली तुमची. आता घातलीच पाहिजे मला कविता. पण एक-दोन कडवी कमी करीन जागा नसली तर!" असे म्हणून संपादक निघून गेले. आपले काम झाल्याच्या आनंदात खंडुसुतही लगबगीने ढांगा टाकीत बाहेर पडले.

चीफसाहेब जांभया देत अजून तेथेच उभे होते. रुक्ष, कंटाळलेल्या आवाजात ते म्हणाले, "झालं, आटोपलं श्राद्ध एकदाचं. बंडोपंत आता आवराआवर करा मागची. तो फोटो कुठून आणलाय?"

"शेठजींची ती बाई आहे ना –"

"तिच्याकडं परत करा नीट. पण उद्या सकाळी जा. आता भलत्या वेळेला जाऊ नका."

"होय, साहेब." बंडोपंत अदबीने बोलले.

"मग जाऊ मी आता?"

"होय, साहेब."

चीफसाहेब गेले. सगळेच गेले. हॉल अगदी रिकामा झाला. मग बंडोपंतांनी फोटो उचलला आणि बगलेत मारला. रामभाऊंनी खाली पडलेला हार हाताला गुंडाळला. दोघेही बाहेर पडले. शाळेचा शिपाई इतका वेळ पटांगणाच्या एका कडेला चौथऱ्यावर गाढ झोपी गेला होता. त्याला हलवून हलवून जागे केले. डोळे चोळतच तो उठला.

"संपली का सभा?"

"संपली. हॉलला कुलूप लावून टाक."

"लवकर आटपलं या बारीला. त्यो नानासाब हुता, म्हणून म्या निवांत पडलु हुतो –"

असे पुटपुटत त्याने कडकडून जांभई दिली. मग लगबगीने चालत जाऊन दिवे मालवले. दार ओढून घेऊन कुलूप लावले. तिघेही अंधारात बाहेर पडले आणि नंतर सगळीकडे सामसूम झाले.

◆